D1771820

குரோமி X குரோமி

குரோமி X குரோமி

பெஜோ ஷைலின்

எதிர்
வெளியீடு

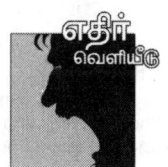

குரோமி X குரோமி
பெஜோ ஷைலின்

முதல் பதிப்பு: ஜனவரி 2025

எதிர் வெளியீடு,
96, நியூ ஸ்கீம் ரோடு, பொள்ளாச்சி - 642 002
தொலைபேசி: 04259 - 226012, 99425 11302

விலை: ரூ. 200

Kuromi X Kuromi
Bejo Shyline

Copyright © Bejo Shyline
First Edition: January 2025

Published by
Ethir Veliyeedu, 96, New Scheme Road, Pollachi - 2
Email: ethirveliyedu@gmail.com
www.ethirveliyeedu.com

ISBN: 978-93-48598-37-0
Cover Design: Negizhan
Printed at Jothy Enterprises, Chennai.

All rights reserved. No part of this book may be reprinted or reproduced or utilised in any form or by any electronic, mechanical or other means, now known or hereafter invented, including Photocopying and recording, or in any information storage or retrieval system, without permission in writing from the Publisher.

குரோமிகளும், பொய்யான காலகட்டத்தின் புறவயத்தோற்றமும்

'மர்மரியா'வுக்குப் பிறகு பெஜோ ஷைலின் 'குரோமி X குரோமி'யைத் தனது அடுத்த நாவலாகத் தந்திருக்கிறார். முதல் நாவல் காத்திரமான இலக்கிய வாசிப்பாளர்களிடம் சென்றடைந்தது என்பதை அதற்கு முன்னுரை எழுதிய என்னிடம் பலர் தொடர்புகொண்டு பேசியதிலிருந்து அறிந்தேன். நாவலின் பெயர் சாகித்திய அகாடமி யுவபுரெஸ்கார் பட்டியலில் தென்பட்ட ஓர்மையும் உண்டு. ஒருவேளை 'மர்மரியா' தேர்வுக்குள்ளாகி இருந்தால் அபிலாஷைப் போல பெஜோவும் நாவல் எழுத்து முறைக்கு குமரி மாவட்டத்திலிருந்து உண்மையான அர்த்தம் சேர்த்த இளைஞராக அறியப்பட்டிருப்பார். அதெல்லாம் சுலபத்தில் நிகழும் சாத்தியங்களைக் கொண்டு அமையக்கூடியதல்ல என்று நான் கருதியது போலவே நிஜமும் இருந்தது.

'மர்மரியா'விலிருந்து வித்தியாசமான வேறுபட்ட நாவல் இது. எழுதியவனின் விகாசம் இன்னொரு வெளியில் பயணித்திருப்பதை அறியமுடிகிறது. நூறுபக்கங்களுக்குள்ளான இந்தப் பிரதியில் ஆயிரக்கணக்கான அடுக்குகளும், தொழில்நுட்ப உலகின் தாக்கத்தை ஊடிழையாகக் கொண்ட எழுத்துமுறையும் வசப்பட்டிருக்கிறது. செயற்கை நுண்ணறிவை சமகால அரசியலோடு, வாழ்க்கை அனுபவத்தோடு நெருக்கி இருப்பது வாசிப்பின் புதிய பக்கங்களாக உள்ளன. இதுதான் என்று நினைக்கும் போதே அதிலிருந்து விலகிச் செல்லும் மாயையும், பொய்மைத் தோற்றமும் தமிழ்வாசகனுக்குப் பழக்கப்படாத பாதையில் நடத்திச் செல்லும் நாவல், பல இடங்களில் பாதையே இல்லாமல் தடுமாற வைப்பதும், சமகால நிகழ்வின் ஒற்றைக்கதிர்க்கீற்றால் இன்னொன்றை மனதில் கண்டு தொடர நினைப்பதும், மறுகணம் மறைவதும், இன்னொன்றாக மாறுவதும் எனப் பல்வேறு காட்சிகளாலும், இன்மைகளாலும், இன்மைகளின் இருப்புகளாலும் வரிகளாகத் தொடர்கின்றன.

'குரோமி' என நாவல் குறிப்பிடும் அனைவருமே ஆரம்பத்தில் கெட்டவர்களாக தெரிகிறார்கள். கனவில் செத்துப்போனவனாகவும், செருப்புதைக்கிறவனாகவும், சக்தியற்ற ஜீவராசியாகவும், வெறுமனே ஒரு பயணியாகவும், கெடையில மோளியாகவும் (படுக்கையில் மூத்திரம் பெய்கிறவன்), மடியில் கத்தி வைத்துக்கொண்டு தனது லவ்வர் குரோமிக்கும் சேர்த்து இரண்டு குவாட்டர் பாட்டில்கள் வாங்குபவனாகவும் ஏதோ ஒரு வகையில் கீழ்மட்டத்தினராக இடம்பெறுகிறார்கள். அப்படியும் சொல்ல முடியாது, சிலந்தி புறொபசரும் அவர் உருவாக்கிய இயந்திரப்பெண் குரோமியும், இன் பண்ணி கருப்புகலர் பார்மல்ஸ் ஷூவும் போட்டுகிட்டு எந்த நிந்தனையும் காட்டாமல் உழைக்கும் குரோமிகளும் இடம்பெறத்தான் செய்கிறார்கள். பொதுவாக ஏதாவதொரு வகையில் குரோமிகள் மனிதவிரோத செயல்களில் ஈடுபடுகிறார்கள். இவர்களில் மிகவும் பாதகமான காக்கிநிக்கர் போட்ட குரோமிகளும் உண்டு. ஊர்வலத்தில் நடைபோடும் அவர்கள் வெள்ளைசட்டை கருப்பு குல்லாவோடு செல்கிறார்கள். அவர்கள் வீட்டில் கிடக்கும் அனுமதி மறுக்கப்பட்ட வெட்டோத்திகளும், பட்டாக்கத்திகளையும் பரிசோதிக்கலாம். சிறியரக ராக்கெட் லாஞ்சர் கெடச்சாலும் ஆச்சரியப்படத்துக்கில்ல என்கிறது பிரதி.

இதனிடையே நல்ல குரோமிகளும் இருக்கிறார்கள். பக்குவப்பட்ட குரோமிகளும் உண்டு. பிராந்திக் கடை வாசல்ல தெரிஞ்சவிய யாராவது பாப்பாவளேனு மானக்கேட்டுக்கு பயந்து நடக்குற குடிகார குரோமிகளைப் போன்றவர்களல்ல பக்குவப்பட்ட குரோமிகள். அவன் மெதுவாகவே நடந்தான். குவாட்டருக்கு அம்பது ரூவா ஏத்துனபோதும் இப்படித்தான் நடந்தான். குப்பியில் மாக்கான் (தவளை) மெதந்தபோதும் இப்படித்தான் நடந்தான். இதிலிருந்து குரோமி என்பது மனோபாவம் சார்ந்த மனிதர்களின் வெளிப்பாடென்பது புரிகிறது. வெவ்வேறு மனநிலைகளை மனிதர்களைப் போல குரோமிகளும் வெளிப்படுத்துவதாகவும் எடுத்துக்கொள்ளலாம்.

X என்பது கணிதவியலில் *'Unknown'* என்று சொல்லப்படுகிறது. இது அரசியல்ரீதியாக அடையாளமற்றதென அர்த்தப்படுகிறது. மால்கம் எக்ஸ் போன்று. குரோமிகளால் கொல்லப்படுகிறவர்கள் அல்லது வெளியேற்றப்பட்டவர்கள் என்ற பொருளிலும், குரோமிகளில் அடையாளமற்றவைகள் என்ற பொருளிலும் கொள்ளலாம். நிலையான அர்த்தமற்ற நிகழ்வுகளில் தன்னை ஈடுபடுத்திக்

கொள்பவர்கள் நாவல் முழுவதிலும் அர்த்தமற்றவர்களாக இடம்பெறுகிறார்கள்.

நாவலின் மற்றுமொரு கண்ணி நானில்லாத நான்கள். குரோமிகளை அபகரிக்க உருவான கதாபாத்திரமாகிய திசுவிடம் 'நான்' குறித்த தேடல், கொலைவெறி, புதிர் தன்மை எனப் பலப்பரிமாணங்கள் வெளிப்படுகின்றது. படர்ந்த மரத்தில் விழும் இத்திபோல இந்த ஒட்டுண்ணியான திசு ஒருகட்டத்தில் தனது நானை இழக்கவும் தயாராக இருப்பதாகப் பிரகடனம் செய்கிறது. எப்போ அவன் என்னோட இருப்பை அறியுறானோ அப்போ அவனை நான் ஆக்கிரமிச்சு என் நாசவேலைக்கு அழியப்போற உடலா அவன மாத்துவேன் என்கிறது திசு. நாவலின் முடிவும் நானற்ற தன்மையிலேயே நிறைவு பெறுகிறது. என்னுடைய புரிதலின்படி ஒலித்துக்கொண்டிருக்கும் இந்த 'நான்' என்பது என்னுடையது இல்லையே என முடிவு கொள்கிறது. நாவல் முழுவதும் 'நான்' ஒரு பாத்திரமாகவே இடம்பெறுகிறது.

நாவலின் கதைசொல்லி திசு. அது தன்னைத் திசுவாக அறிமுகப்படுத்துகிறது. இன்குபேட்டரில் அது பயணிக்கிறது. குரோமிகள் எனப்படும் மனிதர்களைத் திசு பின்தொடர்ந்து சென்றுகொண்டிருக்கிறது. வழியில் இரண்டுபேர் ஒருவரையொருவர் சந்திக்கின்றனர். ஒருவன் செருப்பு தைக்கும் தொழிலாளி. இன்னொருவன் மதுவருந்த அவனை அவசரப்படுத்துகிறான். இருவருமே ஓரினச்சேர்க்கையாளர்கள். திசு அவர்களைக் குரோமிகள் எனச் சொல்கிறது. நடக்கவிருக்கும் கலவரத்தை இவர்கள் மூலம் நாம் முன்னுணரலாம். கீழ்மட்டத்தில் இருக்கக்கூடிய மனிதர்கள் மூலமே கலவரங்கள் அரங்கேற்றப்படுகிறது. இந்திய வரலாற்றில் கோடிகளில் புரளும் எவரும் கலவரங்களில் நேரடியாக பங்கு கொண்ட செய்தி உண்டா என்ன?

நாவலின் இடையே முகம் இல்லாத பெண் போன்ற 'அவள்' வருகிறாள். திசு சொல்வதால் அவள் என்று புரிகிறோம். அது வேறொன்றாகவும் இருக்கலாம். செருப்பு தைக்கும் தொழிலாளியுடன் மதுஅருந்தச் செல்லும் கொலைகாரனுக்கு ஒரு திமிங்கலம் தெரிகிறது. கடலின் ஆழத்துக்குச் செல்வதை விட அதிவேகமாக ஆகாயத்தில் போய்க்கொண்டிருந்த அதன் மேல் சிறுவன் அமர்ந்திருக்கிறான். அவனது வலது கண் வீங்கி இருக்கிறது. தொடர்ந்து நாவலின் பிறபகுதிகளில் பேசப்படும் அந்த சிறுவன் சாபமாகவே எப்போதும் கொலைகாரனின்

கண்களுக்கு தெரிகிறான். சிறுவன் ஆதிக்கச்சாதியைச் சேர்ந்த இக்கொலைகாரனால் கொல்லப்பட்டவன் என்பதை பின்னர் அறிகிறோம். வட இந்தியாவின் ராஜஸ்தான் மாநிலத்தில் மேல் சாதியின ஆசிரியரால் பானையில் குடிநீர் எடுத்ததற்காக கண்களிலும் காதுகளிலும் தாக்கப்பட்டு இறந்த ஒன்பது வயது தலித் சிறுவனின் வீங்கிய கண்களை கண்ட தாக்கத்தால் உருவாக்கிய பாத்திரம் என பெஜோ ஷைலின் பின்னர் குறிப்பிட்டது இங்கே கவனிக்கத்தக்கது.

கதைசொல்லியான திசு, 'விசை' என ஒன்றைச் சொல்கிறது. அதன் சக்தியாக இருக்கலாம். விசையை வைத்து திசு அமானுஷ்ய காரியங்களைச் செய்கிறது. தான் தேர்ந்தெடுக்கும் குரோமிகளின் பின்னால் அவர்கள் அறியாமல் சென்று ஒட்டிக்கொள்ளும் திசு, தன்னைப்போல பீட்டா(*Beta*) திசுக்களை உருவாக்கவும் செய்கிறது. திசு, விசைத்தன்மையை பயன்படுத்தி உருவாக்கிய பல பீட்டா திசுக்களில் ஒரு திசுவானது கோழிக்கால் என்று தவறாக புரிந்து கொள்ளப்படும் ஒன்றன் காலுக்கு பின்னால் செல்கிறது. இங்கு கோழிக்கால், 'கோக்குடீக்' என்ற பெயரில் நாவலின் இன்னொரு பகுதியில் ஒரு உயிரினத்தை அறிமுகப்படுத்துகிறது.

'கோக்குடீக்' என்பது அப்சல்கானைப் பேச்சுவார்த்தைக்கு அழைத்து சிவாஜி கொன்ற புலிநகத்துடன் நாவலின் வேறொரு இடத்தில் தொடர்புபடுத்தப்பட்டுள்ளது. கோழிக்கால் என்பதை தவறிப்போன ஆன்மீகத்தின் அடையாளமாகவும் கருதலாம். நாவலின் தொடக்கத்தில் தீர்க்கதரிசனமாக உரைக்கும் கோழிக்கால் ஒருகட்டத்தில் 'காட்டை ஏன் அழிக்கணும்? தரையை மரங்களுக்கு மேலாக உயர்த்துவோம்' என்கிறது. அதனிடம் இயந்திரகுரோமி சிகரெட் கேட்டபோது, 'என்னிடம் கஞ்சாலேகியம் தான் இருக்கு. அதுவும் வீட்டில் பவுர்ணமிக்காக வச்சிருக்கேன். ஒங்க, உலோக முலைக்காம்பை நான் தொட்டுப்பார்க்கலாமா?' என்று கேட்கிறது.

பீட்டா திசு ஆல்பா திசுவின் கட்டளையை மீறும் போது தனது சுய அடையாளத்தை இழக்கிறது. திசுவின் அதிகாரக்கட்டமைப்பு போன்றே இருக்கும் மற்றொரு அதிகாரம் தான் 'அவள்'. அது நாவலின் இறுதியில் 'மின்மினிக்கள்ளி' யென உருவமற்ற உயிராகவே இயங்குகின்றது.

நாவலில் வரும் வித்தியாசமான கிழவன் ஒருவன். பீட்டா திசுக்களில் ஒன்று அவனைக் குரோமி இல்லை, வித்தியாசமான மனிதன் என்று சொல்கிறது. திசு, கிழவனின் காலில் ஒட்டிக்கொண்டு

செல்கிறது. கிழவன் திசுவையும், கோழிக்காலையும் விரட்டுகிறான். பீட்டா திசு இன்னொரு பீட்டா திசுவை உற்பத்தி செய்துவிட்டு தப்பியோடுவதை கிழவன் கண்காணிக்கிறான். திசுவிடம் 'நீ யார்?' என்று கேட்க, திசுவோ மின்சார நரம்புகளால் ஆன ஒரு துருவேறின பழையபாணி கத்திரிக்கோலை எடுத்து நீட்டுகிறது. நடுங்கிய கிழவன் தனது கையில் வைத்திருந்த சாக்குமூட்டையை கத்திரிக்கோலால் பிரிக்கிறான். அதற்குள் ஒரு குழந்தை குரோமி இருக்கிறது. அதற்கு ஆணுறுப்போ, பெண்ணுறுப்போ இல்லை.

ஊதா நிற நியான் எல்லைக்கு வெளியே வேகத்தடைகள் தாண்டி பாதுகாப்பற்ற பகுதியில் செல்லும்போது, சேறும் சகதியுமான பிரதேசத்தில் வந்தடைகிறார்கள். அங்கே யுத்தம் நடப்பதாக திசு கூறுகிறது. கிழவன் சண்டை முடிந்துவிட்டது என்கிறான். திசு, யுத்தத்தை போன்று தானும் அரசியல் காய்நகர்த்தல் செய்ய வேண்டும் என உறுதி கொள்கிறது.

கிழவன் குழந்தையை அவளிடம் ஒப்படைக்கிறான். பின்னால் வந்த திசு விசையை பயன்படுத்தி கனவுகளற்ற வெட்டவெளியில் சென்றடைகிறது. குழந்தையை கொடுத்த கிழவனும், அவளும் ஒரு ஓவியமாக மாறுகிறார்கள்.

கனவுகளற்ற வெட்டவெளியை திசு, அவளுக்குள் தான் வசிப்பதாக விவரிக்கிறது. அங்கு 'மூறி' என்றொரு மரம் இருப்பதாகவும் அதில் தன்னைத் தொங்கவிட்டிருப்பதாகவும் திசு கூறுகிறது. இறுதியில் 'அவள்' திசுவை துரத்தி அடிக்கிறாள். தன் நிகழ்காலத்திற்கு வருகிறது திசு. இப்போது அதனிடத்தில் கிழவன் இல்லை. UBE3A மரபணு சிதிலமடைந்த ஒரு மனிதன் இருக்கிறான். இந்த மனிதன் தனது கையில் ஒரு தோண்டியை வைத்திருக்கிறான். (அது நமக்கான ஒரு விவசாய மரபாக இருக்கலாம்.) ஏஞ்சல் மேன் நோய்த்தொகையால் பாதிப்படைந்த அந்த பையன் நாவலின் மைய இடமான ஜங்ஷனில் வந்துகொண்டிருந்த ரத யாத்திரையில் மாட்டி இறந்துபோகிறான். திசு அத்துடன் விடுதலையாகிறது.

ரத யாத்திரை வாயிலாக ஏற்பட்ட கலவரத்தில் திசுவுக்கு நாய் உதவிபுரிகிறது. திசுவும் நாயும் ஒன்றாகச் செல்கிறார்கள். இருவரும் பாதாள சாக்கடையில் மாட்டிக்கொள்ள, இயந்திரக்குரோமி அவர்களை சந்திக்கிறாள். அவள் சூழ்ச்சி திசுவை வீழ்த்துகிறது. திசுவைத் தன்பக்கம் ஈர்த்த இயந்திரக்குரோமி அது செல்லும் இடமெங்கும் கலவரங்களையும் கொலைகளையும் உருவாக்கப் பணிக்கிறாள். ஆட்களை கடத்துதல், மலத்தை குடிநீரில் கலத்தல்

ஆகிய செயல்களின் வாயிலாக ஊரெங்கும் கலவரங்கள் ஏற்படுகின்றன.

நாவலில் வரும் அவள் என்பது இப்போது ஆவுளி என்னும் கடற்பசுக்கூட்டங்களாக வடிவெடுக்கிறது. கலவரத்தில் சிதறும் மக்களை அவள் ஆவுளி என்னும் கடற்பசுக்களாக மாற்றுகிறாள். அதனை கலவரம் ஏற்படுத்தும் திசு கவனிக்கிறது. இப்போது திசு தன்னைக் குறித்த தகவல்களை மிகவும் வெளிப்படையாகச் சொல்கிறது. பூர்வகுடி குரோமிகளை நசுக்கும் தைரியமும், பலமும் பொருந்தியதாக மாறிய வரலாற்றைக் கூறும் திசு, தன்னைக் கருணைக்கும், அன்புக்கும் எவ்வகையிலும் இடம்கொடுக்காத கொல்லுண்ணி எனவும், வர்க்கப்பேய் எனவும் சொல்கிறது.

மேலும், "நான் மிக ரகசியமான திசு. அதுவும் அரசாங்கத்தின் திசு. அதிகாரம் சக்திவாய்ந்தது. எதை விரும்புகிறதோ, அதை எந்த முறைகளாலும் கையாண்டு சூழ்நிலையை தன் வசத்திற்கு கவர்ந்திழுக்கும். என்னைக் கொல்லும் மரபுகள் அழிவதாக! இருளின் ரகசியங்களில் தனது நியாயத்தைத் தேடியவர்களை முதலில் கொன்றேன். அவர்களின் மனைவி குரோமிகளை விதவைகளாக்கினேன். பேபி குரோமிகளை அனாதைகளாக்கினேன் அது ரொம்பவே சுலபமும் வேடிக்கையுமானது பண்ணப்பண்ண பிடிக்கும் தானே" என்கிறது.

***

தமிழவனின் 'ஷம்பாலா' போலவே சமகால அரசியல் பொருத்தப்பாட்டுடன் வாசித்த இந்த பிரதி எந்த வகையிலும் நேர்கோட்டுத்தன்மையுடன் கதை சொல்லத்தக்க வகையில் அமைந்த நாவல் அல்ல. ஆனால் கதையாடல்களின் ஊடாகத் தெறித்துக் கிடக்கும் சொற்களும், சமிக்ஞைகளும் அவற்றை நமக்குள் காட்சியில் கிளர்த்தத் தவறவில்லை. தமிழவனின் 'ஷம்பாலா' வை விட இந்நாவல் பூடகத்தன்மை அதிகமாகக் கொண்டு திகழ்கிறது. நாவலின் சொற்கோலங்களில் ஆழ்ந்து வாசிப்பு மயக்கத்திலாழும் தருணங்களில் செவுட்டில் விழும் அறையைப் போல புறவயத்தின் பொய்கள் குறித்த பதிவுகள் தாக்கும்போது திடுக்கிட்டு விழிக்கிறோம். ஒருவகையிலும் அமிழ்ந்து விடாத வகையில் நம்மைக் கொண்டு செல்லும் பிரதி இது.

வார்த்தைகளில் வண்ணங்கள் மூலமாக நிறத்துக்கும், புறச்சூழலுக்குமான தொடர்பு நாவல் முழுக்க வருகிறது. 'கடல்

Rhodamine 6G சாயத்தின் கலவையால இளமஞ்சள் வண்ணத்துல பிரகாசமானதாயிருந்து' என்று கூறும்போது நிகழ்வின் பின்னே ஏற்றிக்காட்டும் சாயத்தீட்டலுக்கு ஒரு அழுத்தம் வரத்தான் செய்கிறது. ஓவியக்கலை எழுத்துக்கு மாறும் ரசவாதம் கடல், நிலா, வெளி என இயற்கை மீதான சாயலை மிகுவிக்கிறது. எல்லாவற்றையும் வலியற்ற வலியோடு கவனிக்க வேண்டிய கட்டாயத்தில் வாழும் வாழ்க்கைமுறையைப் பேசும்போது காப்டகன் மாத்திரை (*Captagon Pills*) இடம்பெறுகிறது. ஆயுதபோராளிகள் தங்கள் விழிப்புணர்வை அதிகரிக்கவும், பசியை மறக்கவும் கூடிய மாத்திரை இதுவென அறிந்தால் தான் வாசிப்பை முழுவதுமாகப் புரிய முடியும். இதுபோன்ற சமகால தொழில்நுட்பம், அறிவியல் தொடர்பான குறிப்புகள் அவசியம் தேவைப்படுகிறது. ஆனால் வாசிப்பு என்பது ஏதோவொரு வகையிலான *Intellectual Exercise* என்ற நிலையில் தான் பிரதிகள் அமைவது தற்போதைய எழுத்து வகைகளில் தவிர்க்க இயலாததாகத்தான் இருக்கிறது.

Cyborg எனப்படும் மனித இயந்திரம் பற்றிய கதையாடல்கள் தமிழில் இந்த நாவலில் வெளிப்படுவது போல இருக்கிறதா என்பது தெரியவில்லை. சிலந்தி புரொபசர் உருவாக்கிய இயந்திர குரோமி மதபயங்கரவாத நோக்கத்திற்காக உருவாக்கப்பட்டது. ஆனால் தான் உருவாக்கிய இயந்திர மனுஷிக்கும், அவருக்குமிடையிலான நெருக்கம் சுவாரஸ்யம் ததும்பியது. முயலுக்கு மூணு கால் போல படைப்பாளி கண்ட இயந்திர சிலந்திக்கு ஆறு கால்கள். புரொபசர் முன்பக்கம் வந்ததும் இயந்திர குரோமி படுக்கையின் பக்கவாட்டில் சாய்ந்து படுத்துவிட்டாள். 'டோண்ட் கில் இட்!' என சொல்பவள் அப்புறம் அதுவும் பேசாமல் அசைவின்றி அப்படியே படுத்துவிட்டாள். (புரொபசர் அவள் இயக்கத்தை தற்காலிகமாக நிறுத்திவிட்டார்). இமைமூடாத அவளுடைய கருத்தவிழிகளில் நெடுங்கனவொன்றின் வால் அசைவதை ஒத்து கருஞ்சிவப்பு நிறம் விட்டுவிட்டு மின்னுகிறது. '*Do you love me?*' பாடலால் இயந்திரக் குரோமியைத் தாலாட்டி தூங்கவைக்கிறார் புரொபசர்.

***

நாவல் வெளிப்படுத்தும் சமகால அரசியல் இவ்விதமான புதிய எழுத்துமுறையில் அமைந்த பிரதிகளில் வெளிப்படுவது மிகுந்த நம்பிக்கையைத் தருகிறது. சுஜாதா காலத்தைய இயந்திரக்கதைகளுடன் ஒப்பிடும்போது அவை வெறும் பொழுதுபோக்குத்தனத்துடனும், ஒற்றைத் தன்மையிலான இயந்திர அசைவுகளுடனும் மட்டுமே

அமைந்தன. பெஜோ ஷைலின் தான் உள்வாங்கிய அரசியலை சகபிரதியாக மாற்றும்போது பாதிக்கப்பட்டவர்களின் குரலாகவும், ஊமைகளின் மொழியாகவும் ஒலிக்கிறது. 'நீங்கள் மைனாரிட்டியான யாரை வேண்டுமானாலும் கொல்லலாம்' என்ற ஒருவரின் தீட்டல் நாவலுக்குள் எத்தனையோ வளங்களைச் சேர்க்கிறது. 'அந்தந்த வர்ணத்துல இருக்கிறவன் வர்ரது தான் வாஸ்தவம். நாளைக்கு நீயே எங்க அகண்ட பாரதத்துல குடியுரிமை வாங்குனாலும் உன்னையும் சூத்திரனாகவே மதிப்போம்' என சாக்கடைக்குள் நுழைந்த திசுவிடம் இயந்திரக்குரோமி உரைக்கும் குரலில் ஒலிப்பது ஆயிரமாயிரம் ஆண்டுகளின் அரசியல் தானே.

இவைபோலயே செறிவூட்டப்பட்ட அரிசி, எல்.டி.டி.இ., விடுதலைப்புலிகளை அழிக்க வந்த கீனிமீனி கூலிப்படை, புராணக் கதைகள் உண்மையாக இருக்கணும்னு அவசியமில்ல, குரங்குப்படைகள் கற்களை கடலில்கொட்டி பாலம் எழுப்பி லங்காவுக்கு கௌம்பி போர்புரிஞ்ச முட்டாள்த்தனமான கதை போன்றவை கதையாடல்களாக அரசியல் பேசுகிறது. ரூபாய் நோட்டை செல்லாதாக்குதல் குறித்த அரசியலை புனைகதையில் முதன்முதலாக இந்த நாவலில் தான் வாசிக்கிறேன். பாக்குக்கோட்டை அணிந்த பிரதமரும் அவரது பூசாரிகளும் எள்ளலின் உச்சம் எனலாம்.

'மர்மரியா' போலவே இந்த நாவலிலும் கவித்துவமான வரிகளைக் காணமுடிகிறது. திசு குறித்த விவரணையில் 'கேன்சர் வளச்சிப் போட்ட ரியல் எஸ்டேட் திசு' என வரும் பகுதி. காலம் கற்பனையான சாம்பலாக காணாமல் போவதும், எப்போ எதச் சொன்னாலும் எதுக்குமே அது பயன்படப்போவதில்லை என்பதும் அனுபவத்தில் ஆழ்ந்து பிடித்த வரிகள். நெஞ்சின் வேக்காட்டைக் கழற்றும் வேண்டாத வேலைகளில் ஒன்று தான் சிந்திப்பது என்பது. நிலம் பெருத்த வயிறு கொண்டது. அதன் வயசும் அதிகம். அதன் நகர்வுகளோ காட்டுமிராண்டித்தனமானது என்பதெல்லாம் ஆழ்ந்த அனுபவத்தின் வெளிப்பாடுகள்.

தமிழில் புதிய வகை எழுத்துமுறையில் வந்த நாவல்களில் 'குரோமி X குரோமி'க்கு தனித்துவம் கொண்ட மதிப்புண்டு. பெஜோ ஷைலின் மேலும் இதுபோன்ற எழுத்துக்களைத் தருவார் என்ற நம்பிக்கை எனக்கு மிக உண்டு.

வழுதூர் — குமாரசெல்வா

15/07/24

பாரம்பரியமோ, விஞ்ஞானமோ அல்லது என்ன செய்யவேண்டும் என்று எந்த குறிப்பும் சொல்லாத ஒரு சகாப்தத்தில் நாம் வாழ்கிறோம்.
- ஸ்லாவோஜ் ஜிசெக்

01

தூசி போல குழுமுன மேகங்கள கிழிச்சிட்டும், விழுங்கீட்டும் கடலின் ஆழத்துக்கு போவதைவிட ஆகாயத்துல வேகமாகவே போயிட்டிருந்த திமிங்கலத்த அண்ணாந்து பாத்துட்டே நின்னான். பூச்சியொண்ணோட துடிப்போடியும் நறுக்குனு கடிக்க கடிப்போடியும் போற அதுக்க மெதப்பு எளிதாவே அவன உணர்ச்சிவசப்படுத்தி, தன்னுள் புதைஞ்ச அதிசய காயங்கள ஞாபகப்படுத்தீரும். தரையிலேர்ந்து பாக்கும்போது மெதக்கதாக தெரியும் அதையும், அதோட பிரம்மாண்டத்தையும் தீவிரமாக நோய்வாய்ப்பட்ட யாரு வேணாலும் வாய் பொளந்து மெச்சிக்கலாம். அந்த அளவுக்கு குறிப்பிட்ட நட்டத்துல அடுக்கடுக்கா பூசுன பாராபென் (*Paraben*) நிலாவையே மறைக்கக்கூடிய பெரிய சைசு திமிங்கலமது. மெல்லமா, தொந்தரவு தராம தாம்பாட்டுக்கு கண்ணியத்தோடி போயிட்ருந்துச்சி. எல்லா பொய் காலக்கட்டத்தோட புறவயத் தோற்றமாக போய்க்கிட்டேவும் இருக்கு. அதையே முன்மாதிரியா எடுத்துக்கிட்டு எவ்வித அனுமதியில்லாம நிக்கவும் செய்யும், செஞ்சிருக்கு. அவன் திமிங்கலத்தையே பாத்துட்டு நின்னாலும் அவனுக்க நெனப்பு அதச் சுத்தியே வந்தாலும் அவனோட அனுமதியில்லாம சட்டுனு ஊடுருவுன ஒரு மனக்காட்சியால மெரண்டுட்டான். தோல் உறையிலிருந்து வாளெடுக்க வாளெடுத்தவனோட சதுரமாக வரைஞ்ச மொகம் பெருசாகி அவன் தலைய விழுங்க, நெஜத்துல அவன் உடம்பும் கழுத்தும் அச்சத்தாலயும் மறுப்பாலயும் கோணி நடுங்கியது. வாளை உருவுனது வெறும் தந்திரந்தானோனு சிந்திச்சான். சிந்திச்சாங்கத விட மேலோட்டமா அப்டி நெனச்சான். அவன பொறுத்தவரை சிந்திப்பதுக்கும் நெனைப்பதுக்கும் பெரிய அளவுல வித்தியாசம் ஒண்ணும் கெடையாது. நெனைக்கது போல சிந்திக்கது மாதிரி சிந்திக்கது போல நெனைக்கது மாதிரி நெனச்சுட்டு அடுத்த கணமே மறக்கவும் செஞ்சான். வேக்காட கழத்ததுக்கான வேண்டாத வேலைகள்ல இதுவும்

ஒண்ணு. அல்லது தன்னை நேசிக்கதுக்கான ஏற்பாடாவும் அந்தக் காட்சியை எடுத்துக்கலாம். வேக்காடு கழந்ததுக்கான அறிகுறியாக காட்சியின் அர்த்தங்களை மீறி அவன் தன் கால் வெரல்களால கொரங்கு கையால் பழுத்த புடிக்கது மாதிரி மண் தரைய இறுக்கமா பிராண்டி புடிக்க அழுத்துனான். அழுக்கு மண்டி ஓரத்துல ஒடஞ்ச பாழான வெட்டாத கால் பெருவெரல் நகத்துல அரியளவான கல் புகுந்து உறுத்துச்சி. பரிதாபங்குறத மீறி இதுவொரு முட்டாள்தனம். யதார்த்தம் மட்டுமே அவனக் காப்பாத்தும்னு நம்புறானோ? அது உண்மைன்னா அந்த நம்பிக்கை ஒருபோதும் அவன பாழ்படுத்ததா இன்னும் அவன் உணரல. அமானுஷ்யத்த ஏத்துக்கிட்டாலும் அதாவது சிந்திச்சாலும் அல்லது நெனச்சாலும் அனுபவிக்காத அனுமானங்களோட பிரயோஜனம் தப்பெண்ணமேங்கத தவிர வேற என்னவா இருக்கக் கூடும்?

அடர்த்தியான நியான் நிற வெளிச்சங்கள். எடத்துக்கு ஏத்து வண்ணங்கள் ததும்பி நேர்த்தியா கண்மயக்கவும், திசு மயக்கவும் செய்யுது. அதாவது, மந்தத்தனத்த கிறுக்கு பிடிக்க வைக்குது. அது கிறுக்கா தான் இருக்கணும். ஓய்வான தூக்கக் கலக்கத்துல உணர்ச்சி நரம்புகள் தீண்டி பளீர்னு விழிப்புற்றுக் கண்டாலோ கறுப்புக்கும் மத்த வெளிச்சங்களுக்கும் நூலளவு வித்தியாசமே தெரியும். அந்த நூலளவு வித்தியாசமே நெறங்களோட ஆசிட்! நெறங்களோட ஆசிட் மட்டுந்தான் இதையெல்லாத்தையும் உருவாக்குனது. முன்னெப்போதோ பேரிருள்ளிலிருந்து பொறுமையா சிறைபடுத்துன தன்னை போன்ற அதே இருளை தெறமையா எரிபொருளாக்கி; ஒரு அமீபா இன்னொரு இறந்த அமீபாவ திங்கது மாதிரி பலகீனத்துலயும் சொரண்டிச் சொரண்டி சேமிச்சு சரியான தருணத்துல கெடச்சா அத்தனையும் இல்லேனா எதுவும் வேண்டாங்குற இக்கட்டுலேர்ந்து வெற்றிபெற்று, தன்னலமற்ற இருள் நெறங்களோட ஆசிட்டுக்கு நியான் வண்ணங்கள வாரி வழங்கிட்டுருக்கு. மறையதுக்கும் மறைக்கதுக்கும் பொருத்தமான நிலம். மாண்டும் மாளதுக்கும் ஏத்தது போன்று தணிவாவும், வாழ்ந்தும் வாழதுக்கும் ஏத்தது போன்று உக்கிரமாவும் நெலத்த அக்குவேறா பிரிச்சு, பொழியுற கலவையான நிற வெளிச்சங்கள். பெருத்த வயிறு கொண்ட நெலத்துக்க வயசும் காட்டுமிராண்டித்தனமான நகர்வுகளும். பொட்டுக் கடலை சைசுல புள்ளி. புள்ளியிலேர்ந்து வெகுதூரத்துல நொடிஞ்சுப்போன மீசை. நெஞ்செல்லாம் மயிறு. எப்ப

வேணாலும் கால் பெருவெரல் நகத்துல ரெத்தஞ் சொட்டும்ங்க கவலை. உள்ளங்கையில் கயிற்றோட செவத்த காந்தல் கோடு. சொல்லதுக்கு துணிவில்லாம வால் கிட்டோடி மனசு. மனசு கிட்டோடி வாலோட தாங்கல். தாங்கலுக்கு மத்தில ஹார்ன் சத்தங்கள். சத்தங்களுக்கு அலையடிக்காம கெடக்க மினரல் வாட்டர் நெரம்புன பாத்திரம். பாத்திரத்துல திட்டுத்திட்டா மெதக்கும் எண்ணெய். எண்ணெய்ல சாடுனா உத்திரவாதமற்ற போர், கேலி, வேகம், அலைச்சல். காத்திருப்புக்கு நாட்டு வெடிகுண்டும், மன்னிப்பும், போதையும். மூஞ்சுக்கு பூசுறது முக்கால்வாசியும் கழிவு. இருளுக்கு உபத்திரமாக நெலத்துக்கு பணிஞ்ச நெறங்களாலயே வீங்குன வயிறு. அடிவயித்துக்கிட்ட சின்னதா வலி. ஒரு காப்டகன் மாத்திரை *(Captagon Pills)* ரத்தத்தோடி கரைய, எல்லாத்தையுமே வலியற்ற வலியோடு உன்னிப்பா கவனிக்க வேண்டிய கட்டாயம். கட்டாயப்படுத்தாத குரல். அதே கொரல்ல அதட்டுற தொனி. கீரிடம் தரிச்ச ஏமாற்றம். வறட்சியான பாலைவனம் இல்லாட்டி ரெண்டே ரெண்டு பாப்கார்ன். இல்லாட்டி ஒரேயொரு பதட்டமான வறுத்த நெலக்கடலை. லெப்ட் ரைட் லெப்ட் லெப்ட் ரைட் லெப்ட்...லெப்ட்...லெப்டுனு ரைட்ட உச்சரிக்கத வேணும்ணே தவிர்த்து மீண்டும் அவனோட பார்வை திமிங்கலத்தோட முதுகு மேலயே எதையோ தேடுது. தன் நெஜமான நாட்கள்ல கெடைலமோழி கெடைலமோழினு அவன் வயது பயக்கள் கிண்டலடிக்கக் காரணமாயிருந்த சிறுநீரால் நனைஞ்ச ப்ரவுன் கலர் போர்வைய எந்தச் சம்மந்தமுமில்லாது தரைல நின்னு வானத்தையே வெறிச்சு பாக்குற அவன் நினைவுக்குள்ள ரிஸ்க்கெடுத்து புகுந்து அத களவாடி தனக்க கழுத்தோடி பின்புறம் இரு முனைகளையும் கட்டி சூப்பர்மேனாக உக்காந்திருக்க சின்னப் பயல் மேல கண்டடைஞ்சு வெரவிச்சு. சின்னப் பயலுக்கோ காத்துல போர்வை படபடக்க எப்பவுமே இவன ஆகாயத்து ஈட்டியா குத்தி ஸ்தம்பிக்கச் செய்யும் குறியான ஒரே விதப்பார்வை. பார்வை வெரவலால போர்வை ஈரமானது மொதற்கொண்டு அவனால உன்னிப்பா கண்டுணர முடிஞ்சுது. வானம் குளூராயிருக்குமே ஒண்ணுக்கால ஈரமான அது சின்னப் பயலுக்கு கதகதப்ப ஒருபோதும் குடுக்காதேனு நல்லாவே புரிஞ்சாலும் அந்தப் புரிதல் அவன நகைப்புக்குள்ளாக்கல. மனம் இளகி தன்மேலயே பரிதாபப்பட்டான். ஏன்? எதுக்காக பரிதாபப்படணும்? ஒருவேளை தனக்க பைத்தியக்கார மனசால

அவன் துன்பப்பட்டிருக்கலாம். இதுவே அவன நெஞ்சு வெடிச்சி இதயத்துக்க சதைஞ்ச துண்டுகள் நெஞ்சுக்கூட்டோட இடைவெளிய அடச்சிருக்கும், அடச்சதாகவுமிருக்கும். அந்தச் சின்னப் பயலுக்க வலக்கண் இவனின் காந்தும் இடக்கை மடக்குக்கு பழுத்து வீங்கிப்போயிருந்துது. வெள்ளைத் துணியால முழுக்க சுத்துன ஒடலோட அத்தனை காயங்களும் கடைசி சவக்களையால மொத்தமா மூடுனதப் போல தெரியான். திமிங்கலத்த ஓட்டுற பலம் அவனுக்கு சுத்தமாக் கெடையாது. அவன் ஒரு ஆன்மா கூட இல்லை. சின்னப் பயல் வெறுமனே ஒரு பயணி. செல ஒரே நாட்கள்ல விசிலடிச்சும் செல அதே நாட்கள்ல மண்டைக்கு பின்னாலயும், செல மாறான வேளைகள்ல தீவிரத்துடன் மாமிசத்துக்கு அலையுற வெறியோட மெதந்து பயணிக்கும் திமிங்கலமும் அதன்மீது உக்காந்த சின்னப்பயலையும் தாண்டி, நெத்தில தனக்க வெட்டுத்தளும்ப தடவீட்டு நிக்குற இவனும் இவன சுத்தி இவனப் போலயே அச்சு அசலா ஒடலளவுல மட்டுமே வித்தியாசப்பட்டு இங்கேயும் அங்கேயுமா அலையுற குரோமிங்க, வித்தியாசப்பட்ட மனுஷங்கேனு எல்லோருமே நிரந்தர பயணிகளே. எங்கிருந்து அலைவரிசையோட மெல்லிய தடுக்கம் பூகம்பத்தின் சின்ன நுனிமீது ஊர்னமா அளவளாவி அலையிதோ அங்கிருந்தே எல்லாவித உயிருள்ள கட்டிடங்களும் வண்ண வண்ணமா தரிப்பின் பேரச்சத்த உயிருக்குள்ள பறக்க விடுது. உதாரணத்துக்கு, ஸ்டேஷன் எதுக்கவுள்ள நகைக்கடனை தள்ளுபடி செய்யும் கட்டடம். அந்தக் கட்டடத்துல உலவுர ஒப்புயர்வற்ற விதிகள் மட்டுமே உண்மை. வாரி வழங்கும் ஆமோதித்தல நம்பி ஒரேயடியா தள்ளுபடியாகும்ங்க நம்பிக்கைல ஈர்க்கப்பட்டாலோ உத்தேசிக்கதுக்குள் மறுப்புகள் ஒதச்சி தூக்கி வெளிய போட்டுரும். ஒருவழியா மிஞ்சது லோனும், கட்டவேண்டிய பில்களுமே. கூடவே மின்சாரத்தால தாக்குண்ட ஈச்சிக்கு கெடச்ச மனப்பாரம். கடன்கள்! அதுவ மட்டுந்தான் நீங்காத் தன்மையின் நிரந்தரமான உயிர். பாக்கியெல்லாம் தூசியும் தூசியோட தூத்தலுமே.

பிஸ்தா பச்சை வண்ணம் மேகத்துக்க உயரேயிருந்து ஊடுருவி வானத்த மங்கலாட்டும் தரைய கறாராவும் காய்க்க பிராந்தி கடைல ஒரே தள்ளுமுள்ளு. ஒடனுக்கொடனே முடிவெடுக்கது தப்பிலும் தப்புனு நெனச்சானோ என்னவோ அவனப் போலவே முண்டியடிச்ச குரோமிகளக் கடந்து உள்ளபோய் ரெண்டு ஆந்த குடுங்கண்ணேனு நிதானமா அவனுக்கும்

அவன் லவ்வர் குரோமிக்கும் சேர்த்து ரெண்டு குவாட்டர வாங்குனான். பவளப்பாறை பாதியை பருகுன மிச்ச திராட்சை ரசத்துல செஞ்சது போலுள்ள குவாட்டர் பாட்டுல்கள பேண்ட் முன்பாக்கெட்டுகள்ல ஒவ்வொண்ணையுமா சொருவி எதுவும் நடக்காதமாரி நெடுவ நடக்கத் தொடங்குனான். பேண்டுக்க பின்னாடி சட்டைய துருத்தி என்ன ஆனாலும் குத்தியே தீரணும்னு வச்சிருந்த கத்திய ஒருதரம் தொட்டு பாத்துகிட்டான். பிராந்தி கடை வாசல்ல தெரிஞ்சவிய யாராவது பாப்பாவளேனு மானக்கேட்டுக்கு பயந்து குடிகார குரோமிகள் நடப்பது மாதிரி எல்லாம் நடக்கல. பக்குவப்பட்ட குரோமி மெதுவாவே நடந்தான். குவாட்டருக்கு அம்பது ரூவா ஏத்துனதும் இவன் இப்படித்தான் நடந்தான். குப்பியில் மாக்கான் மெதக்கப்போவும் இப்டித்தான் நடந்தான். கிளைசிராலோட (*Glycerol*) நிறமற்ற தன்மைக்காகவும் தானியங்களோட கலர்பொடிக்காகவும் என்னென்னவோ குடுத்து என்னென்னவோ எடுத்து கடைசீல புழுவெட்டு அரிச்ச மண்ட மட்டுந்தான் மிச்சம். குடுத்தவனுக்கும் வாங்குனவனுக்கும் பொறவு அவ...அவ இருக்காளே... அவ தான் இதுல எல்லாம் கைதேர்ந்தவ. யாரு அவ? அப்டி ஒருத்தி உண்மையிலேயே உண்டு. கனவுகளின் இறுமாந்த நிமிடங்கள்ல அவள காட்சி படுத்ததுக்காக முகமில்லாத சூனியம் பதுக்கியிருக்கலாம். அந்த உறைஞ்சு போன நிமிடங்கள்ல அவ உயிர் வாழுறா. இல்லேனா சுயமா முடிவெடுத்து அவளாகவே பதுங்கியிருக்கலாம். எப்டி? அதாவது, ஏழு முன்பின் அறிமுகமற்ற குரோமிகள் ஒரு சிஸர் பில்டர் பேக்கட்ட வாங்கி எல்லோரும் ஆளுக்கு ஒண்ண வலிச்சி முடிச்சதுக்க பொறவு, எனக்கு ரெண்டு சிகரெட் கிடைக்கும்னு ஆசையோடு ஏழு பேரும் கற்பனைய வார்த்து மெதக்கைல ஏழுபேருல யாரோ ஒருத்தர் பத்துல ஒரு சிகரெட்டை ஒளிச்சி பதுக்கது போல அவ பதுங்கியிருக்கலாம். மிச்சமிருக்க ரெண்டு சிகரெட்டை பத்துன ஏக்கமே அவளோட உருவம். இல்லைனா இதயத்தோட நாளங்கள சுருக்கி ஆன்ஜியோ பிளாஸ்டியா (*Angioplasty*) துன்புறுத்தும் அவளோட திறமைக்கு அவ சிகரெட்டா மாறியிருக்கணும். ஆனா அவளை யாரும் பாத்துரக் கூடாதுங்கதுல ஜாக்ரதையா இருக்குறா. நா பாத்ததில்ல. கவனம்! அவ காத்தா இருக்கலாம், பீப்பீ ஊத்தாயிருக்கலாம் ஏன்? எட்டு ரூவாயிலிருந்து பத்துக்கு தாவுன உள்ளி வடையாகவும் இருக்கலாம். கவனம்! வாடகையா இதுல எல்லாத்துலேர்ந்தும் அவளுக்கு அவ பங்க குடுக்கணும்.

எதுலயிருந்து? எப்டி? இந்த ஆர்வத்தோட முயற்சியை மட்டுமே ஆராய்ச்சினு சொல்லுவாங்க. ஆராய்ச்சி தேவையானது. யாருக்கு? யாருக்குனு கேக்கக்கூடாது. செரி, எதுக்கு? அது வரிவரியா கண்டுபிடிக்கப்பட வேண்டியது. செரி, அது ஒரு அவள்னு எப்டித் தெரியும்? குரோமி பத்தி எந்தச் சந்தேகமும் வேண்டாம். அவன் ஒரு அவன் தான். அவன் ஒரு அவளாகவே என்றைக்குமா இருக்க வாய்ப்புகள் ரொம்பவே குறைவு. குறைவுனு சொல்லத விட சாத்தியமே இல்ல. இதுவொரு மாற்றமில்லாத வாழ்க்கையோட நிகழ்வு. குரோமியும் அவனாகவே இருக்கத் தான் அவளும் விரும்பலாம். ஆகையால, அவன் அந்த அவள் இல்லைங்கது தான் இப்போதைக்கு தெரிஞ்ச, புரிஞ்ச வெவரம். எல்லாத்தையும் தெரிஞ்சுக்க, புரிஞ்சுக்க நீளமா ஒரு பென்சில செதுக்கணும். செதுக்குன பென்சில் கூம்போட சொரசொரப்பு முதுகுத் தண்டுக்கு கூச்சமாக தார சிலுசிலிர்ப்ப மனசார ஏத்துக்கணும். அத்தனை கொழப்பத்துக்கும் காரணம் இந்த பென்சில்கள் தான். அல்லது ரப்பர்களா கூட இருக்கலாம். அடிபுடிச்ச சட்டீல நல்லா வெந்து மிருதுவான தேய்ப்பாலயே மசிஞ்சுபோற ஒரேயொரு பருப்பு போல அத்தனையும் நிச்சயமற்ற கேலியான உண்மைகளே. சீ அந்தப் பருப்பு! சீ அந்தக் கறிவேப்பிலை! தெரிஞ்சே முழுங்குனாலும் முழுசாவே வெளியேறும் கறிவேப்பிலை. இதையெல்லாந் தடுக்கும் பென்சில்களே குரோமிகளோட இன்னுயிர்க் கொல்லி. ரப்பர அல்லது பென்சில அல்லது கறிவேப்பிலைய அல்லது ஒரு தட்டு சாம்பார் சாதத்த அல்லது தண்ணிய எதுக்கு வெறும் வயித்துல அதுவும் அவசரவசரமா விழுங்கணும்? தேவைப்படும்போது மாயாஜால தள்ளைய ஒழியாகி வாய்க்கு வந்தத ஓதி இன்னாப் பார் அதோ அன்னாப் பார் ஒருவழியா என்னையயே பார் நீனு ஏமாத்ததுக்குத் தான். ஏமாற்றப்படுறது முதன்மையான தந்திரமாகவே எப்போதைக்கும் இருக்கும். அதுவொரு மாயத்தோற்றம். ஒருத்தன வீட்டைவிட்டு தொரத்தி ஆங்காரத்துல கதவ பட்டுனு மூடும்போ துரத்தப்படுற குரோமிக்க வால் கதவு சாத்துற வேகத்துல திடுக்குனு துண்டாவும். துண்டாகும் அந்த வால் இன்னொரு புது குரோமியா பிறப்பெடுக்கும். இதுவே தந்திரத்தோட இரண்டாம் பகுதியின் சிறப்பம்சம். அப்போ முதல் பகுதி? முதல் பகுதி ஒரு பேச்சுக்கு இல்லேனா ஒரு செயலுக்கு இல்லாட்டி செயலத்த கோமாவுக்கு மேலும் வசதிக்காக என்னையும்

வரிஞ்சே சொல்லுறேன். அதனால என்னை யாரும் கணக்குல எடுத்துக்காம இருக்க வேணாம். முதல் பகுதி 'நான்' தான்.

அப்பாவியாவும் சக்தியற்ற ஜீவராசியாவும் பொறந்தது வலக்கண் புழுத்த சின்னப் பயலோட குத்தமா? அவனோட குத்தமில்ல இவனோட குத்தம். இவனோட குத்தமுமில்ல எவனோட குத்தமுமில்ல. நா குரோமி இல்ல. குரோமிகளும் இல்ல. நானே கேன்சர் வளச்சுப்போட்ட ரியல் எஸ்டேட் திசு. கோடிகள் கொட்டும் மூளைகூட இல்ல. எம்.ஆர்.பி ஒரு ரூவாய்க்கு கிடைக்கிற சூயிங்கத்த சவைச்சு சுவைய உறிஞ்சி சக்கையாவி கடைவாயில் கடிபட்டு கனிந்த பிங் கலர் திசு. முன்கூட்டியே சொல்லுறதால கொழப்பமில்ல. இதக் கடைசியா சொல்லணும்னு நெனச்சிருந்தேன். பரவாயில்லை. எப்போ எதச் சொன்னாலும் எதுக்குமே அது பயன்படப் போறதில்ல. ஏன் தெரியுமா? அது வெறுமனே பயன்படாது அவ்வளவு தான். பயன்பாட்டுக்கு வராத மானியத்தை போல பயன்படாம ஒவ்வொரு அதே பொழுதுல முழிக்கதும், ஒவ்வொரு அதே வேளைகள்ல பாலோ பண்ணதும் தான் எங்களோட பிரச்சனை. இவன அமுக்கி அணுவணுவா பலரை கொல்லத் துடிக்கும் நா இவனோடு பேசிக்கிறதே இல்ல. அதுக்கு ஒருபோதும் நா பொறுப்பாகமாட்டேனே. பெருவவும் அழிக்கவும் என்னோட காரணத்துக்காக ஒவ்வொரு முறையும் குவாட்டரோடு இவன் தன்னையறியாம என்னை சொமந்து நடக்கும்போதும் இவனுட்ட நா பேச முயல்வேன். உரைநடையா முயற்சி செய்யும்போது அவன் மண்டைய சுத்தி பத்து பதினைஞ்சு பிஞ்சு கைதட்டல்கள் என்னை கணீர்னு ஸ்தம்பிக்க வைக்கும். காந்தம் இன்னொரு காந்தத்த ஈர்க்குற அதே விசை என்னையும் இவனையும் பிஞ்சு கைதட்டல்கள் மூலமா பிரிக்குது. இருந்தும் தொல்லைகளை மீறி கனவுக்கும் உறக்கத்துக்கும் இனம்காண இயலாத போதையில் இவன் முன் தோன்றியிருக்கேன். இருக்க எடத்துல எவரும் இருக்கதில்லையே. விசை எல்லா எடத்துலயும் இருக்குது. குறிப்பா எந்தெந்த எடங்கள் தெரியுமா? ஷட்டர் பல மாதங்களா தெறக்காத பேக்கரி பக்கத்துல உள்ள குட்டிப் பெட்டிக் கடை, அல்லாட்டி ஒரு பெரிய மால். அந்த மால்கள்ல ஏறுறதுக்கும் இறங்குறதுக்குமான தானியங்கி படிகள் உண்டு. ஆடையோட உள்பக்கம் அழுக்காவி சிரிச்ச முகங்கொண்ட குரோமிகள் உண்டு. ஒவ்வொருவருக்கும் முந்தானை நீளத்துக்கு கூர்மையான தடிகளும் உண்டு.

இதனால நா ஒருபோதும் வளர்ந்து பெரியவனா மாறல (நான் மாறக்கூடாது). இன்குபேட்டர்ல இன்னும் திசுவாவே வாழுறேன். 'நான்' தான் எனக்கு முக்கியம். அவன் என்னை விட முக்கியம் அதுனால தான் 'நான்' எனக்கு முக்கியத்துவம் குடுக்குறேன். அவனோ நா ஒண்ணு இருப்பதையும் அவன முழுசா அபகரிச்சு எனக்க காரணத்துக்காக பயன்படுத்த என்னை நானே இழக்கதுக்கும் தயாருங்க சதிய உள்வாங்காம மர மண்டையனாட்டு நடக்கான். இதுக்காக துளியும் நா வருத்தப்படல. அது அவனோட நல்லதுக்குத் தான். எப்போ அவன் என்னோட இருப்பை அறியுறானோ அப்போ அவன நா ஆக்கிரமிச்சு என் நாசவேலைக்கு அழியப்போற உடலா அவன மாத்துவேன். அது நிச்சயமா நடக்கும். வெத்து நம்பிக்கைக்காக சொல்லல அது நடக்கும், நடந்திருக்கு. உயிர் கனியதாகவோ, இரைச்சலோட திருட்டுத்தனமாகவோ தான் அது இருக்காது. நா அக்யூஸ்ட் ஆவாட்டியும் பொறுப்பு என்னோடதே. இதுக்கெல்லாம் என்ன காரணமா இருக்கும்? ஏன் காரணங்கள் மேல அத்தனை ஈடுபாடு? சாட்சியங்களோடு எத்தனை காரணங்களையும் ஆதாரமா சுருள் பேப்பர்ல விரிச்சு குரோமிட்ட லைசன்ஸ் காட்டுனாலும் அதே எண்ணிக்கையில் நூறு மடங்குக்கு இல்லாட்டி நூறு மடங்குக்கு (இரண்டு நூறு மடங்குகளுக்கும் வித்தியாசம் உண்டு) காணவில்லைனு காணவில்லைகள் (இரண்டு காணவில்லைகளுக்கும் அர்த்தமில்ல) வந்துட்டே தானிருக்கும்.

அதான் குரோமி. குரோமி ஒரு சரியான கிறுக்கேன். கேணப்பய இல்லேங்கத அவன் இதுக்குனே பாயிண்டுல செதுக்குன இசிக்கி புசிக்கி ஊசிய நல்ல கட்டி வெண்ணைல சொருவுர ஊதுபத்தியப் போல குத்திக்குத்தி குறுக்கி மறுக்கி வெளிய எடுத்து செருப்பை தைக்கதக் கொண்டே ஒருத்தர் தீர்மானிச்சிரலாம். அதனாலத் தான் அவனுக்கு பைசா சம்பாதிக்க லாவகம் மத்தவங்கள விட அதிகமாவே இருக்குவ். குறுகுனத் தகரக் கடைல குண்டிய வெச்சிட்டு வேலைய செய்யதுக்குக்கான பொறுமை எல்லோருக்கும் வாய்ச்சிராதே. மெழுகு பந்துல நூல தேய்க்கும் கைமட்டுமில்ல அவனுக்க தொடையும் இடுப்பும் கள்ளத்தனமா பலமடங்கு வேலை செய்யும். அதுக்காக இவனப்போல அவன் மரமண்டையன் ஆகிர மாட்டான். அதனாலத்தான் தகரக் கடைக்கு தின வாடகை முந்நூறு ரூவா போக டிகிரி முடிச்சி சம்பாதிக்கவீள விட கொறஞ்சது ஆயிரம் ஆயிரத்து ஐநூறு ரூவா அதிகமா சம்பாதிக்கான். யாராவது

குரோமி சம்பாதிக்கதக் கண்டு பொறாமப்பட்டா சொல்லுறேன் அதையும், தான் சம்பாதிக்க பைசாவ அவனுக்க கோக்குடீக்குக்கு செலவழிப்பான். அதுக்கு தீனி போடதுக்குனே பைசாவ நாசமாக்குவான். தனக்குனு எதுவுமே சேமிச்சு வைக்கலியானு கேட்டா அவனுக்க நூலும், திருப்பு உளியுமே பதில் சொல்லணும். பத்தாததுக்கு தகரக்கடைல இந்த அர்த்தமற்றவனோட பெயர தரோமினு 'கு' க்கு பதிலா 'த' வத் தப்பா துண்டு பேப்பருல எழுதி போன் நம்பரும் ஒட்டீருக்கான். எல்லா குரோமிகளுக்கும், வித்தியாசப்பட்ட மனுஷனுங்களுக்கும் காட்டன் பேப்பர் கையிருப்பு பற்றியான அதிருப்தியும், திருப்தியும் பணக்கஷ்டம் நேருர சமயத்துல வந்துபோவது சகஜமே. மருத்துவ செலவுக்குக் கூட கையிருப்பு பற்றிய திருப்தியும் அதிருப்தியும் வராத குரோமிகள் மண்ணோடி மண்ணாகப் போவதும் சகஜமே. நல்லவேளை இது இருந்ததுனால தப்புனோம்னும், இதக்கூட விட்டு வைக்காம என்னை அழிச்சானே தாயோளினு மாறிமாறி சூழ்நிலைக்கேற்ப வெப்புராளத்த பழைய பி.வி.சி பைப்பால் ஊதுவது மட்டுமே குரோமிக்க மோசமான பழக்கம். தார்மீகமா சுருட்ட வேண்டியத சுருட்டீட்டாலும் சோறு வேகும்போது தவிர மற்ற தருணங்கள்ல குறிப்பா காதல் வயப்படும்போது குரோமி இதுக்கெல்லாம் அப்பாற்பட்ட ஜீவனாத் தெரிவான். எதுவானாலும் இவனோட மடையன் விட்டுப்போன ஒரு அதிசயத்தை மட்டுமே நம்பி இவன் மடையனா பிழைப்பு நடத்தல. அதான் முக்கியம். செல்வச் செழிப்புக்கு பதிலா எந்த ஆடம்பர அழிப்பானாலயும் அழிக்க முடியாத நிம்மதியற்ற பயத்துக்கு மத்தியிலேயே இந்தத் தகரக் கடையோட வியாபாரமும் சுமாரா ஓடுது. ஓடுதுன்னு சொல்லத விட சுத்துது. கடிகார முள் சுத்தது மாதிரி இல்ல. கடிகாரமே சுத்ததாக சுத்துது. முட்கள் சுத்ததாட்டு குரோமிகளுக்கு தெரியட்டும். சுத்தட்டும்.

எங்கிருந்தோ வந்த உயர்ரக நாட்டு நாய் எச்சில் ஒழுக எவரோ வெட்டுன கோழிக்க ஒத்த கால கவ்வி கடை முன்னாடி போட்டு நக்கீட்டுருந்துது. அதோட கழுத்துக்கு காலர் மாட்டியிருக்கா இல்ல அது பிளாஸ்டிக் குடத்தோட மேல்வட்ட விளிம்பானு தெரியதுக்கு வேலை செய்யத நிப்பாட்டுன குரோமி அந்த நாயையே பாத்தான். அது குடத்தோட விளிம்போ காலரோ கிடையாது அது அந்த நாயோட தடிச்ச ரோமம். எனக்கோ பலத்த சந்தேகம். குரோமிக்கு அவன் செல்லப்பிராணிக்க

ஞாபகம் வந்துது. நாய்க்க பின்னாடி நெடுவ நடக்கவன் திமிங்கலம் தூர வானத்துல மெதக்க வந்து சேர்ந்தான் என்னையும் கூட்டீட்டே. குரோமி ஆர்ப்பாட்டமா இளிச்சான். லே மணியென்னல ஆச்சு இப்பயே வந்துட்டேனு ஏதோ தன் வேலை இவனால பாழ்படுவதாக சொல்லான். திருப்பி எதுவுமே பதில் சொல்லாததக் கண்டு விஷயம் வழக்கம்போல சீரியஸ்னு புரிஞ்ச குரோமி, லே ஒரு அஞ்சு நிமிஷம் வெயிட் பண்ணுல மத்தவா போனப்ப குடுத்துட்டுப் போனது. இன்னைக்கு தா அவளப் பாத்து பேசதுக்கு வாய்ப்பு கிட்டும். எனக்காக காத்திருப்பால மச்சானே முடிச்சிட்டு வாரேன்னு கெஞ்சலா காத்திருக்கச் சொல்லி வேலைல மும்முரமானான். நேரம் இருட்டீட்டே வந்துது அல்லாட்டு இருட்டுனதாக அப்டியே பருத்து கொழுத்துது. காலம் கற்பனையான சாம்பலா காணாம போகத் தொடங்கிச்சு. நாய் கோழிக்க கால நக்கத விடுத்து நிக்கவன் பக்கத்துல வந்து 'ப்ளூ ப்ளூ ப்ளூ' னு கொலச்சுது. அவன், போ போய் தண்ணி குடினு நாயிட்ட உறுமுனான். குரோமி இதெல்லாம் கவனிச்சும் எதுவும் பேசாம கவனத்தோடு வேலை செய்யான். நாயும் தகரக் கடைக்க பின்புறம் சீறலோடி பெருக்கெடுத்து ஓடும் அகலமான சாக்கடை ஓடைக்க அழுக்குத் தண்ணிய நக்கி நக்கி பருகி தாகம்தணிச்சி கடை முன்ன கெடந்த கோழியோட மஞ்சள் கால தனக்க முன்பாதங்கள் கொண்டு ஆழ்ந்த தூக்கத்துலேர்ந்து எழுப்பும் விதமா தட்டி மண் ஒட்ட புரட்டிப்போட்டு வேட்டைய விட திருடுதல் தந்த திருப்தியான குஷில விளையாடதாட்டு கடிக்கதும் கடிக்கதாட்டு விளையாடதுமா சல்லாபத்துல எறங்கியிருந்தபோது, சுத்தி என்ன நடக்குதுங்கத பத்தி எவ்வித அறிவுமே இல்லாம நிக்கவன அருமையா மேலும் கிறுக்காக்கி விட கிண்டுனேன். பி.டி.எஸ்.எம் ல *(BDSM)* அறைவது மாதிரி சந்தேகமாச்சுனா அடிக்கடி நா செய்யுறது தான். பாதை தவறும் மந்தைய கழியால தட்டி வழிக்கு கொண்டுவாரதாக வேணும்னே தா இதச் செஞ்சேன். கரண்டடி பட்டவனாக அதிர்ந்து அவன் மொகம் செவந்துபோய் ஆங்காரமா சிரிச்சான். லேய் குரோமி இப்போ வேலை செய்யத நிறுத்தி எங்கூட குடிக்க வரலைன்னா ஒன்ன இந்த எடத்துலயே நா கொல்லுவேம்லேனு எச்சரிச்சான். எரிச்சலுற்ற குரோமி ஒடனே எதுவும் சொல்லைல. சும்மாச்சும்மா மெரட்டாத வாரேன்னா வருவேன் புரியுதா?னு மட்டும் பொறுமையா தான் தைக்கும் செருப்புலேர்ந்து கண்ணெடுக்காம பதிலளிச்சான்.

இதெல்லாம் கண்டுக்காத அவனோ உன்ன ரொம்ப விரும்புறேன் நா உன்ன காதலிக்கிறேன் ஐ லவ் யூ குரோமினு பல்லிளிச்சான். அவன் முகம் தீயில் வாட்டுனதாக செவந்து கன்னங்களோட செவத்த நரம்புகள் வேர்விட்டு விரல் கனத்துக்கு வீங்கி வெளிய தெரிஞ்சுது. குரோமி விகாரமான அவன் மொகத்த பாக்குறதை தவிர்த்தான். வந்து குனிஞ்சதும் குரோமி செருப்பு தைக்கத வேகவேகமா முடிச்சிருந்தான். ஆ...சூப்பர் கௌம்புவோமானு குரோமி அவன கண்டுக்காம செருப்புகள இறுதியா சோதித்து கவருக்குள்ள திணிச்சு வெளிய வச்சான். குனிஞ்சவன் குனிஞ்சபடியே கண்கள் எவ்வளவுத்துக்கு விரியுமோ அவ்வளவுத்துக்கு விரிக்க அரக்கத்தனமான கொழப்பத்தோடி பாத்தான். அவன் ஏன் கொழப்பத்துல பாத்தான்னு எனக்குத் தெரியுமே. நா கிண்டுன கிண்டுல ஒலகத்தையே நொறுங்க வைக்கும் இல்லாட்டி ஒலகத்தையே தன்மேல பரிதாபப்பட வைக்குற அழுகைக்கு எவ்வித சலனமுமில்லாமல் இந்த ப்ளோரஸன்ட் ஒலகமும், இதோடு ரெண்டு பப்படமாய் ஒண்ணான அந்த ஓட்ட ஒலகமும் இயங்கும்ங்க உண்மைய அனுபவிச்சதால அப்டியே நின்னான். அழுவுன ஆப்பிள்ளாக நாத்தம் எடுக்கத் தொடங்குனான். கண்ணுக்க கறுப்பு கலரு பொட்டுலேர்ந்து வடிய கறுப்பு நீர குரோமி கண்டான். ஏய் குரோமி நீ அழுவாதல குரோமினு குரோமி அவனுக்கு ஆறுதலளிச்சான். நிமிந்து அவனப் பாத்தவன் மூக்க சீந்தீட்டு கண்ணத் தொடச்சான். அதே பழைய வாக்கியத்த சொல்லத் தொடங்குனான். நேத்து நா தூக்கத்துல அலறுனேன் குரோமி! எனக்க கனவுகள் என்னையக் கொல்லுது. செத்துப்போயிட்டேன் செத்துப்போனத என்னால நம்பவே முடியல! ஒரு பேய் என்னோடு பேசி மாத்திரைகள் தருது. நா சொல்லதுபோலச் செய்யலேனா கொன்னுருவேன்னு பயமுறுத்துது. என்னை கொல்லவும் செஞ்சுது. நா செத்தேன். ஏன் செத்தேன்? ஏன் செத்தேனு? கைபொத்தி மேலும் அழத் தொடங்குனான். என்னேவொரு பரிதாபமான பிறவினு அல்லாம குரோமி நிதானமா தகரக் கடைக்க கதவுகளை கொண்டியிட்டு பூட்டி சாவிய எடுத்துகிட்டான். அவனோட அணுகுமுறையால இந்த நடவடிக்கைகள் எல்லாம் வழக்கமானதாகவே தெரிஞ்சுது. அதுவொரு தான்தோன்றித் தனமான மாயை இல்லேனா பாதுகாப்பு உணர்வாவும் இருக்கலாம். எவ்வித அவசரத்துக்கும் வழிவகுக்காம சாவகாசமா செருப்புக் கவரை எடுக்கான்.

ஒடனேயே கைபொத்தி ஒப்பாரி வெச்சவன் மெலிசா 'ஃக்கு ஃக்கு' னு சிரிக்கான். பில்டர மீறியும் அந்தச் சிரிப்போட துயர வாசனை ஆஹா என்னமா சொகம்! தூரமா வானத்துல திமிங்கலம் மேல சின்னப் பயலும் அவனப் போலவே 'ஃக்கு ஃக்கு' னு சிரிச்சான். ஓ கடவுளே ஆ வினோதமான கடவுளே 'ஃக்கு...ஃக்கு' னு சொல்லி சிரிச்சான். அப்புறம் அதே பாணில 'ஃக்கு ஃக்கு' னு அழுதான். அழான். பொத்துன கைகள தெறந்து கண்ணாமூச்சி விளாடுனான். 'ஃக்கு ஃக்கு' னு அழுததும் சிரிப்புக்கும் அழுகைக்கும் இடைப்பட்ட ஒண்ண பண்ணான். அது அவனுக்க சுண்ட துடிக்க வெச்சி மொகத்த இன்னும் விகாரமாக்கியது. மாறிமாறி இதையே சதுர, முக்கோண நேர அளவுகள்ல செஞ்சான். அழுவதுக்கோ சிரிக்கதுக்கோ அல்லது தவறிப்போன இடைப்பட்ட குறிப்பு மாஞ்சி ஏதோவொண்ணுக்காக மொகத்த மறச்சபோது குரோமி அவனோட இறுக்கமா பொத்துன கைய வலுக்கட்டாயமா வெலக்கி மூஞ்ச பாத்தான்.

அந்த இடம் கோரமான மனவேதனைகளைத் தாங்கியிருந்த இடம். அடிக்கடி அதாவது ஒரேயொரு அடிக்கடி வண்டிகள் முட்டி மோதக்கூடிய முக்கியமான சந்திப்பு. ஸ்பைரூலினா பூக்கள் சுருள் சுருளா இங்கொண்ணும் அங்கொண்ணுமா சீரக நெறத்துல மெதந்துட்டுருக்க, சும்மா நிக்க கார் மேல மோதுற வலிமையோடி தன் வேகத்தை கட்டுப்படுத்தத் தெணறுன டூவீலர், மோதல உண்டாக்க நெருங்கும்போது காரியங்களுக்காக தன்னையிழந்த குரோமிகளும், வித்தியாசமான மனுஷங்களும் ஒரேமாதிரி இந்த ரெண்டு பேரையும் பாத்தாங்க. குரோமி நீட்டுன நாவால அவனோட இறுகிய ஒதட பிளந்து முழு டம்ளர் தண்ணி தொண்டைய தடவது போல முத்தங்கொடுத்தான். ரோஸ் கலர் கண்ணாடில தங்களையே பாக்குறது போல குரோமிகளான பேத்தையனுவ ரெண்டு குரோமிகளயும் ஆவ்வ்னு பாத்தானுவ. முனகல் சத்தங்களும் அதிருப்தி ஓசைகளும் கண்ணு காட்டாம கேட்டது. தமனிய கசக்கி மறுபடியும் பாத்தா முன்னமாதிரி எல்லோருமே குரோமிகளா தெரிஞ்சாங்க. ஒரே முகம் வெவ்வேறு உடுப்புகள், ஒரே முகம் வெவ்வேறு முகத் தோற்றங்கள், ஒரே முகம் வெவ்வேறு உணர்வுகள். டூவிலர் இன்னும் கார இடிக்கல. அது நிக்கல ஆனா அசையுது. அசையுது எப்பவும் நிக்குது. திமிங்கலம் மட்டும் சின்னப் பயலோடு ஒத்தையா வானத்துல. அது

மட்டுந்தான் அசலோட ஆதாரம். அதிகார மனநெலையில நா எல்லா குரோமி பேத்தையனுவள பாத்து கெக்கெக்கேனு சிரிச்சேன். இதுக்கெல்லாம் காரணம் நாந்தானே அதான் சிரிக்கேன். சிரிச்சதோடு நிப்பாட்டாம மறுபடியும் இந்தத் தடவ இலகுவான நோக்கத்தோடி சந்தேகத்துக்குரிய அந்த நாயின் பொருட்டு தரைய ஒரு கிண்டு கிண்டுனேன். கிண்டதுக்கு நாம பலசாலியா இருக்கணும்னு அவசியமில்ல. பேலன்ஸ் தான் தேவை. பேலன்ஸ் கிட்டீட்டுனா எதை வேணும்னாலும் கிண்டலாம். வாய்ப்பு வரும்போ என் பரம்பரைக்கும் இதக் கத்துக்குடுப்பேன். இதே அதிகாரத்தோடயே தான் செய்வேன். எனக்கு உள்ளுக்குள்ள ஓட்ட ஒடிசல் இருக்குனு வெளக்கவீளுக்கு பதிலடி கொடுப்பேன். எஸ்.எஸ் கள விட நாங்க பலம்பொருந்தியவங்கனு நிரூபிப்பேன்.

முத்தத்த மோந்தவன தூ கண்டாங்கிராஸ்னு வெலக்கி நாக்க சட்டைக் காலருல தொடச்சான். என்னாச்சுடேனு குரோமி பதறி கேட்டதும் குரோமியோ மூஞ்சுக்க நரம்பு வீக்கம் கம்ம உன்ன சொல்லல நாக்கு கயக்குதுனு அழகா திமுறுனான். அட இவ்வளவு தானா நானும் என்னை ஒதுக்குறியோனு பயந்துட்டேன்டேனு குரோமி அடக்கமாச் சொன்னான். அதென்ன ஒதுக்குதல் குரோமி? னு குரோமி கேட்டதுக்கு குரோமியோ, ஒதுக்குதல்னா பயம்ண்ணு நெனைக்காத தெறந்த வீட்டுல வரையரையில்லாம வாழ்ந்துட்டு காணாமப்போறது. யோசிச்சவனா நம்மள மாதிரியா? ன்னான். ஆழமான சிந்தனையின் நிச்சயமான மறுப்பால அல்லது தன்னை கொன்னுருவேன்னு எச்சரிச்ச உண்மையின் ஆழத்துக்கு ஒருதரம் தொலைஞ்சி மீண்டு வந்தவனாக இல்லேனு சொல்லி நெடிய பெருமூச்சையும் மறந்துபோன சிரிப்பையும் ஒரே சமயத்துல செருமலா மாத்தி குரோமியும், குரோமியும் அற்பத்தனமான அமைதியோடி கெளம்புனாங்க. நாயானது செள்ளைய ஓயத்தீட்டு ஒடம்பு அதிர ஒறங்கியிருந்துச்சு அல்லது செத்தும் போயிருக்கும். கொண்டு வந்த கோழியோட காலானது பல்லு தடத்தோடி மண்ணுல அதுக்க அருவுலேயே கெடந்துது. அடுத்த நாளைக்கு சேமிச்சு வெச்ச உணவாயிருக்கலாம், கோழிக்கால் நாயை தின்னுறதுக்காக அத மயக்கியிருக்கலாம். இதவொண்ணையும் கண்டுக்காம ஒருத்தன் என்னையும் சொமக்காங்கதையே அறியாம சொமக்க ரெண்டு குரோமிகளும் அவனுவபாட்டுக்கு நடக்க ஆரம்பிச்சானுங்க.

02

தூ...கண்டாங்கிராஸ்னு குரோமி குரோமிய வெலக்க, என்னாச்சுடேனு குரோமி குரோமிய வினவ கொட்டாவி விட்டேன். என்னுடைய இன்குபேட்டர் இன்னும் ஸ்டார்ட் ஆவல. ரெண்டு ஓலகத்துக்கும் வெகு தொலைவுலேர்ந்து உருவாயிட்டுருந்தேன். என்னவொரு போரிங்கான பேச்சு லூசுப் பயக்கேனு கிண்டுன கிண்டுல பசையாகிய கோடி திசுவணுக்கள் ஒட்டவும் சலிப்புற்று ரெண்டு குரோமிகளும் என்ன பேசானுவங்கதையே செவிமெடுக்காம அரைகுறையா மயங்கியும் மயங்காமலும் முயங்கியிருந்தேன். இன்குபேட்டர் ஸ்டார்ட் ஆனதும் ரோஸ் நியான் வண்ண வெளிச்சம் மொதல்ல குரோமிகளையும், வித்தியாசப்பட்ட மனுஷங்களையும், மண்ணையும் ரோஸ் கலருலயே காட்டிச்சு. பிரானா சொலியூஷன்ல *(Piranha solution)* என் திசு காரமா அரிச்சு நிறவெளிச்சம் பசைத்தன்மைய போக்கி என்னையும் இன்குபேட்டரையும் உள்வாங்கியது. எப்போ? குரோமிங்க பேச்சொலிகள் அகன்று அந்த கோழிக்காலும் ஒறங்கீட்டுருந்த நாயும் தெளிவா தெரிஞ்சில்லா அப்போ. கோழிக்காலு நமக்கு இதெல்லாம் ஒரு பிரச்சனை கெடையாதுனு சொல்லும்போது தான் எதேச்சையா ரெண்டு குரோமிகளால வற்றிய ஆர்வம் மறுபடியும் கொதிக்க குமுளிகள் உருவாச்சு. கோழிக்கால் சரளமா பேசத்தொடங்குனத கவனிச்சேன். நமக்கு இதெல்லாம் ஒரு பிரச்சனையே இல்ல என்ன கரெக்ட்டா? னு என்னைப் பார்த்து அது கேட்டுது. என்னைத் தான் பார்த்து பேசுதானு வியப்படைஞ்சாலும் இயல்புக்கு மீறுன ஆச்சரியமும் உத்வேகமும் எவ்விதத்திலயும் எழல. அன்னா அந்த ரோட்டுல பைக்கு காரு மேல மோதப் போகுது அது மோதி அபத்தம் ஏதாது நேர்ந்தாலும் நா கொட்டாவி தான் விடுவேன். விட்டேன்.

நீ அந்த நாயை கொன்னுட்டியானு கேட்டேன். நா யாரங்க கொல்லதுக்கு? கொலை என்னுடைய தவத்தின் விதிகளுக்கு அப்பாற்பட்டது. இப்படிச்சொன்னதும் மலை தூபியிலேர்ந்து

பிச்சி பூக்களின் நார் இழைகளால் திரிக்கப்பட்ட நான்கு தந்திகள் கொண்ட யாழ் இசைத்துது. நீங்க பாக்கலியோ? இப்போ போனானுவயில்லா அவனுவ தான் கொல்லுற ரகம். எப்படியிருந்தாலும் இந்த நாய் எழும்பீரும் காய்ச்சலுலயும் பீச்சலுலயும் அவதிப்பட்டு டீ கடைல நாளோட ஆரம்பத்துலயோ முடிவுலயோ பொறிச்ச வடைய தின்னுட்டு தெம்பாவும். அப்புறமா பால் சர்பத் குடிக்க பூஸ்ட் போடணுமா வேண்டாமானு கடைகாரென் கேக்கச்சில புரியாம கொழம்பும்னு நிறுத்தி ஏன் தெரியுமா? ன்னுது. வத்திப்போன ஆர்வத்தோடி ஏன்? னு கேட்டேன். ஏன்னா அது முன்னப்பின்ன பால் சர்பத்த குடிச்சதில்ல அதனாலத் தான். அதுக்கு பால் சர்பத்துனா என்னேனு கூடத் தெரியாதுனுட்டு 'ஃர்க்கு ஃர்க்கு' னு கேலியா சிரிச்சுது. என்னை உற்சாகப் படுத்ததுக்காகவே இதச் சொல்லிச்சு. ஓ அப்படியானு கேட்டுட்டு அதையையே போரிங்கா பாத்தேன். மேலும், தரையையும் மண்ணையும் பாத்துட்டே நடக்கப் பழகீட்டேன் இலக்கும் பிரேக்கும் இல்லாத காலு வினோதம் தானே? னு. நா ஆமானு இழுத்தேன். என்ன அதுக்குள்ள தளர்ந்து போயாச்சா? னு கேக்கும்போ எனக்க இனிமையான கொட்டாவிய விட்டேன். அதாவது, தரைய மட்டுமே பார்க்க முடிஞ்ச கால் எங்கோடி வீட்டுக்கு போய் சேர முடியுங்க சந்தேகம் வரவேயில்லையா? னு கேட்டுட்டு அதுவே தொடர்ந்துது. யாழோட இசை கோழிக்காலின் விரிவுரையூடே அதுக்க குரலோடு இணையா கேட்டுது. துவக்கத்துல என் சிரமத்தை ஒத்துகிட்டு தான் ஆவணும். ஆனா, கண்கள் தரைய பாக்கக்கூடாது கால்களுக்க கண்ணுவளே பாக்கணும். அந்த விஷயத்துல நா குடுத்து வச்ச கோழிக்கால். என்னை பின்தொடர்ந்து வாரதாயிருந்தா எனக்கு சந்தோஷமா இருக்கும் வருவீங்களா? னு அடக்கத்தோடி கேட்டதும் எனக்கு நிர்ணயிச்ச வேலைய செஞ்சே ஆகணும்ங்க கட்டாயத்துல வேண்டா வெறுப்பா சரி வா போவலாம்னு சொன்னேன். இப்படிச் சொன்னதும் முன்னம் தரைய பாத்துட்டே வழியை கண்டுபிடிக்கும் ஆர்வமில்லாத நா இப்போ அதே ஆர்வமின்மையோடி எப்படி தரைய பாத்துட்டே வழியை கண்டுபிடிக்க உன்னால முடியுது? மொதல்ல வீடு எங்கயிருக்கு? எவ்வளவு தூரம் பயணப்படணும்? னு கிண்டதுக்கு ஆயத்தமாகி கேள்விகளா அடுக்குனேன். நிதானமா கேளுங்க என்னோடு வாங்க எனக்க முந்துன கால் தடத்தை

வச்சித் தான் நா வழியை கண்டுபுடிப்பேன்னுச்சு. மெதுவா அலட்டிக்காம அதெப்டி? எத்தனையோ குரோமிங்களும், வித்தியாசப்பட்ட மனுஷங்களும் நடக்குற வழிகள் இது உன் கால் தடங்கள் அழிஞ்சு போயிராதாங்கதுக்கு எந்த குரோமிங்க? எந்த வித்தியாசப்பட்ட மனுஷங்க? யாரு எங்க வெளிய வாராங்க? அவங்கவுங்க வீட்டுக்குள்ள துன்பப்பட்டும், துடிதுடிச்சும், மரிச்சும், பொறந்தும், தெய்வ அனுக்கிரகத்துல விளையாடிட்டும் அமைதியாவே இருக்குறாங்க. நிமிந்து நோக்கும் இந்த உயர் ஜீவிகள் சங்கடப்பட்டும், சந்தோஷப்பட்டும், விரக்தி நோய்களின் பெருமூச்சுகளோடும், துள்ளியும், குதிச்சும், பெருமையாவும், ஈனப்பிறவிகளாவும் இன்னும் பலவாகவும் தெரிஞ்சாலும் அவங்க அவங்கவுங்க வீட்டுக்குள்ளத் தான் வாழுறாங்க. எனக்க கால் தடத்தை அவங்களால அழிக்கவோ அதுக்கு மேல செருப்புகொண்டு மற்றொரு தடத்தை அடுக்கி என் வழியை மறிக்கவோ ஒருபோதும் முடியாது. பல ஆத்மச்சுற்றுலயும் அவங்க அப்படித் தான் நெனச்சிட்ருக்காவ. ஒருத்தனுக்க வாழ்க்கைய மிதிச்சு அவன் சுவட அழிச்சி புழுக்கையா மாத்தீரலாம்னு பொய்யான நெனப்புல பொய்யான வாழ்க்கைல ஆறுநேரமும் உண்டும் குடிச்சும் தன்னைத்தானே ஏமாத்திக்கிறாங்க. ஆனா நா இப்போ சொல்லுறேன் தரைனு சொல்வது இன்னொரு உலகமையா. இங்க யாராலயும் அவ்வளவு சுலபமா கால் தடத்தை ஊணிர முடியாது. என்னோட எழுபத்தி ஏழு ஆத்மச்சுற்று வாழ்க்கைல அதுக்கு வாய்ப்பே இல்லைனு கூறி முடிச்சுது. பத்தாததுக்கு தன்னை இப்பத்திலயிருந்து ரோல் நம்பர் எழுபத்தி ஏழுனு தான் அழைக்கணும்னு இணக்கமா வேண்டுச்சு. இதுக்கும் உலக விசயம் தெரிஞ்சிருக்குனு நெனச்சுகிட்டேன். இனிமை மிகுந்த கொட்டாவிய விட்டேன். எனக்கு பணிச்ச வேலைய நா செஞ்சாகணுமே. குரோமிகள் போல க்ளீன் ஷேவ் பண்ணி புல் கை சட்டையும் இன் பண்ணியும் கருப்பு கலர் பார்மல்ஸ் ஷூவும் போட்டுகிட்டு எந்த நிந்தனையும் காட்டிக்காம உழைக்குற திசுவாகத் தான் நானும் இருக்கேன். குறிப்பா எனக்கு சுய வேட்க்கைக்கான சிந்தனை மற்றும் அத்தனையையும் புரட்டிப் போட்டுத் தூக்கியெறியுற ஆபத்தான நடத்தைகள் ரொம்பவும் கம்மி. கம்மீங்கத விட அவைகள் பிறக்கும்போதே கொடுத்ததக் காட்டிலும் எனக்கு இன்ஜெக்ஸன்களாலயோ வேறு விதமாவோ அதிகமா செலுத்தப் படல. இதுதான்

எவ்வித மறுப்புக்கும் இடந்தராம ரோல் நம்பர் எழுபத்தி ஏழு என்னை சுலபமா சுமந்து போகுறதுக்கு ஏதுவாகுது. தடிசான இணக்கம் எங்க இருவருக்குள்ளயும் உருவாகி இன்குபேட்டர்ல விசை கூடி ரோல் நம்பர் எழுபத்தி ஏழு சாவது வரைக்கும் நா அது பின்னால சொகமா பயணிப்பேன். செரி எனக்கு பணிக்கப்பட்ட வேலை என்னது? இன்னொண்ணோட செறீய மிச்சமானதால சொல்லுறேன் 'நான்' தான் அந்த வேலை.

யாழின் இசை ஒலிப்பது அறவே நின்னுது. உணர்வுள்ள ரோல் நம்பர் எழுபத்தி ஏழு ரொம்பவும் துரிதமா எங்கயெல்லாமோ என்னை இழுத்து கொண்டுபோச்சி. எரிஞ்ச குப்பைங்க, பாதி மண்ணுல பொதஞ்ச கண்ணாடி பாட்டில்ங்க, பேபி குரோமிகளோட டயாப்பர்ஸ், ஒடஞ்ச வளையல், கரியான செறட்ட, கண்ணுவ நோண்டிய நுங்கு, மருந்து குப்பி, வளையல், வைக்கோலுனு எதுவும் என்னை தொடவிடாம சாகசத்துக்கான முன்னெச்சரிக்கையோடு பாதுகாப்பா கூட்டீட்டு போச்சு. சுயநினைவற்ற பிரேதத்தின் அம்மை தளும்புகளுக்க மேல நடந்த உற்சாகமும் கொழப்பமும் என்னை சலிப்படைய வச்சுது. எனக்கேயுரிய ஈடுபாட்டோடி அப்பப்ப கொட்டாவி விட்டு ஒண்டியே போனேன். ரோட க்ராஸ் பண்ணோம், திண்டுலயிருந்து சறுக்குனோம், விழுந்தோம், விழுந்தது மாதிரி நடந்தோம், பொரண்டோம் பொரண்டது மாதிரி துள்ளுனோம். துள்ளுனது மாதிரி பலவீனமா உறுமுனோம் அதே கணத்துல கோபமானோம். கோபமான உடனேயே துயரமானோம். துயரமான ஒடனேயே சரட்டு மேனிக்கு எல்லாத்தையும் ஏசுனோம். டோப்பமைனின் *(Dopamine)* சின்ன சமனின்மையால இதெல்லாம் செஞ்சோம். நாங்க நாங்கேன்னாலும் சொல்லிக்கிறது போல நா எதுவுமே செய்யல. எப்பிசோட் எப்பிசோடா அத்தியாயம் அத்தியாயமா அதுவே அதுக்கபாட்டுக்கு பண்ணிச்சு. ரோஸ் வெளிச்சத்தில் நடக்குற இந்த விஷேச விளையாட்டுல கூடுதலாவும் குறைவாவும் தனக்க நெறத்த வழங்கியிருந்த நெறங்களின் ஆசிட்டே இத வேடிக்கையாவும், ரெண்டுபேருக்கிடையே மட்டுமே நடைபெறும் ரகசியமாவும் காட்டிச்சு. எத்தனையோ குரோமிகளைக் கடந்து போனோம். எதிரெதிர் துருவங்கள் ஈர்க்கப்படும்னு தகவல்கள்ல கேள்விப்பட்டுருக்கேன் அனுபவப்பூர்வமா என்னோட முதல் அசைன்மென்டே அதத் தவிடுபொடி ஆக்குனத என்னேணு சொல்லுவேன். ஒரு எடத்துக்கு வந்தோம் ஊதா நியான் நிறம்

பாவுன அதுவொரு கைவிடப்பட்ட வீடாவோ, கொச்சுச்சிகள் உக்காரதுக்கு தேய்ங்காய் எண்ணெய் தடவுன அறுந்த நூலாவோ, பூஞ்சாணம் பூத்த ஒரு பன்னாவோ, செப்பு பக்கெட்டோ. எப்படியோ தேவையானதும் தேவையற்றதுக்குள்ளயும் நூந்து போவதுக்கு பெருசா இல்லேனா சின்னதா நுழைவாயில் எப்பவும் தேவைதானே. அதையும் தாண்டி காலிபிளவர்கள் போல மரம். மரங்கள் போல காலிபிளவர். அதுமட்டுமில்ல மணமும் ஒரு நோக்கமா நச்சுக்காத்தோடு இரண்டறப் பின்னி அவுக்கதுக்கு ரொம்பவும் சிக்கலாயிருந்துச்சு. இன்குபேட்டர்ல பில்டர் உண்டுன்னாலும் இறுக்கமான மணத்தை ஒவ்வொண்ணா எளக்கி சுவாசிக்கிறது சிக்கலான வேலையாப்பட்டுது. யாழோட இசைய ஓர்மைப்படுத்துனேன். எனக்க ஆல்பா என்னை சோம்பேறினு வரையறுத்திருந்தா நா உருவாயீருக்கமாட்டேனே. நானும் தேவைப்படுறேங்கத நம்புறேன். அதுயெனக்கு கொட்டாவிகள வரவழைச்சாலும் நம்புவேன்.

வித்தியாசப்பட்ட மனுஷன்! அந்த எடத்துல அதாவது அந்தச் சூழ்நிலையில எந்தவொரு ஆச்சரியத்தையும் தராத கெழவன் அற்பத்திலும் அற்பமான சாதுவா நிக்கான். சுமையை இறக்காம எதுக்கு நிக்கானோ? இது ஓய்வில்லையே. திடீர்னு பாக்கதுக்கு சுத்தியல் தல சுறா மாதிரி அவன் மேலொடம்பு தெரிஞ்சுது. கலப்பு பிராணியோனு நெனச்சா அவன் தலைமேல சரிஞ்ச வாக்குல உள்ளது பிளாஸ்டிக் சாக்குனு கண்டுபுடிச்சேன். சரிஞ்ச சாக்குல ஏதோ நெளியத கண்டுகிட்டேன். நா விளிச்சி விசாரிக்க வாய்ப்பே கெடைக்கலியே. ரோல் நம்பர் எழுபத்தி ஏழு தனக்கபாட்டுக்கு எனட்ட பேசுன எதையுமே நா கேக்கல. ஒருவேளை கேட்டும் நா கொட்டாவிய விட்டு அதுக்க பேச்சொலிகள அப்பறத்துக்கு வெரட்டுனேனும் சொல்லலாம். எனக்க கவனமெல்லாம் ஓர்மைப்படுத்துன யாழின் இசை மேலயும், புழுவாக நெளிய சாக்குமேலயேனாலும் பொறுமையாவும் வெறுமையாவும் உருண்ட கெழவனுக்க கண்ணுவ தான் மணங்கள சிக்கலாக்கும் காரியத்தை செய்யுதோன்னு சந்தேகிச்சேன். கணிப்பு தவறாகவும் வாய்ப்புண்டு. ஒருவழியா நா கேக்கதுக்குள்ள ரோல் நம்பர் எழுபத்தி ஏழு அவசரக்குடுக்கையா கெழவனுட்ட பேச்சக்குடுத்து என் ஆர்வத்த கெடுத்துது. புதிய எரிச்சல் பழைய எரிச்சல் சொல்லப்போனா தன்னை முன்னிறித்தி பேசுறதுல ரோல் நம்பர் எழுபத்தி ஏழுக்கு அப்டியொரு

ஆசை. நான்...நான்... நான்.... அதுவும் நா இருக்கும் போதே. இந்தக் கெழவன் மட்டும் வித்தியாசமானவனா என்ன. நாங்க வாரதுக்கு முந்தி சோகம் கப்பி அமைதியா நின்னவேன் எங்கள கண்டதும் ஆளே மாறிட்டானே. உற்சாகம் பொங்க சாக்கு நெளிய என்னவெல்லாமோ கதை கதையா அளந்துவிட்டான். பேசப்பேச்சுல வயித்துலவுள்ள குரோமி தானா வெளிய வந்துரும். அப்படி பேசுனான். எனக்கோ கொட்டாவி தான் வந்துது. ஆனாலும் கெழவன்பேர்ல எனக்கு கொஞ்சம் ஏமாற்றம். நீ வெறுமையா என்னை மாதிரி நின்ன குரோமியில்லையா? எனக்கு போட்டியா வந்தவனில்லையா? அப்பயெதுக்கு இத்தனை நடிப்புகள்? னு இத மொதல்ல கேட்டுர்லாம்னா ரோல் நம்பர் எழுபத்தி ஏழு ஏதோ எனக்காக என்னை சௌகரியமாக்கதுக்காக கெழவன்ட கதவிட்டுட்டிருக்குவ். அதுக்காக மட்டும் இல்லேனா ரோல் நம்பர் எழுபத்தி ஏழோட நாய் பல்லு பட்ட தடத்த கிண்டி எப்பவோ விருப்பமில்லாட்டியும் தப்பீருப்பேன். என்னோடு பயணிச்ச ஒரே காரணத்துக்காக எனக்கு கெடச்ச அத்தன சொகுசுகள் தனக்கும் கெடைக்கணும்னு எதிர்பாக்குறது சரியானதில்லையே. அண்ணன் குரோமி பணக்காரன்னா தம்பி குரோமிக்கு ஒதவணும்னு கட்டாயமிருக்கா? உறுதிபடுத்த முடியாத பட்சத்துல என்ன எழவோ நடத்துங்கேனு கொட்டவிகள விட்டே அறிமுகமில்லாத அந்நியனாக இவங்க ரெண்டு பேருக்கிடைல மாட்டிகிட்டேன். இருந்தாலும் ரோல் நம்பர் எழுபத்தி ஏழுக்கும் கெழவனுக்கும் கத்திரிக்கோலுங்குற கருவி பத்தி ஒண்ணும் தெரியாதோ? துணிய வெட்டுற சத்தமும் புரியாதோ? பொதுவா ஜெம்பருக்கு நூறு வாங்க வேண்டிய எடத்துல அம்பது வாங்கும் துணிவும் கெடையாதோ? கத்திரிக்கோல் இருந்துன்னா கட்டை அவுக்காம சாக்க கீறி உள்ள நெளியது என்னேனு பாத்துருக்கலாமில்லா. அட அசட்டு பைத்தியங்களா இருங்கேனு அமைதியாட்டு ஒரு வேலை பண்ணேன். முதல் எத்தனிப்புல பர் புர்னு சவுண்டு கேட்டது. சத்தம் எனட்டேர்ந்து வந்துதா இல்ல கெழவனுட்டேர்ந்து வந்துதானும் தெரியல. கெழவன் பசிச்சவன்னா இன்னும் நல்லதுன்னு எண்ணி குழிகளை ஒருமுகப்படுத்துனேன். வெற்றிடத்தின் அழைப்பு! *(call of the void)*. மறுபடியும் மறுபடியும் குழிய இன்னொரு குழிக்குள் விழவைக்க தீரமா பாடுபட்டேன். பெருமுயற்சி எடுத்து வெளிக்காட்டாம ஒரு குழிய இன்னொரு குழிகுள்ள லைட்டா

நெருங்க வெச்சதும் வெலகி பொருந்தாம ரெண்டு குழிகளும் ஓடிச்சு. எனக்க நோக்கம் அழிவுக்கானதுங்கது வெளிப்படை. ஆனா எங்கோடி அந்த அழிவை எட்டுறதுங்கதுல தான் வியூகமே வகுக்காம செயல்பட்டேன். தவறில்ல எதுவுமே தவறில்ல. மறுபடியும் மொயற்சி பண்ணுவோம்னு பண்ணேன். பேசீட்டுருந்தப்போ புத்தி பேதலிச்சு ஏதோ பீடிச்சதாட்டு கெழவன் போங்கல புண்டைச்சிக்க மோனுவளானு திட்ட ஆரம்பிச்சான். ஓடுடே சீக்கிரம்னு ரோல் நம்பர் எழுபத்தி ஏழு பதறியடிச்சு விசையால் இணைந்த என்னையும் இழுத்துட்டு கால்தெறிக்க ஓடுச்சி. சந்தோஷத்த அடக்க முடியாம சிரிச்சேன். ஊதா நிற நியான் வண்ணம் மாறாத கொண்டை அறுந்த ஒரு தென்னமரம் கிட்ட வந்தோம் அதுவொரு பனை மரமோ? கிளியும் மரங்கொத்திக்க அடியிலயும்னு நெனைக்கேன். ஓடி அங்க வந்தோம். பின்தொடர்ந்து வந்த கெழவன காணோம். அவன் எப்பவோ நின்னுருப்பான்னு முன்மொழியது போலச் சொன்னேன். மூச்சிரைக்க கோழிக்கால், நீங்க என்னவோ பண்ணீங்க அப்படித்தானேனு பயபக்தியோடு வினவிச்சு. வியாபார ரீதியா நட்பு பாராட்ட தூண்டப்பட்டதாகி ஒங்களுக்காகத் தான் நா கெழவன்ட பேசுனேன் எம்மேல ஏதும் கோவமானு கேட்டு அமைதியாகியது. இதுக்கு பதிலளிச்சா ஏதும் அசம்பாவிதங்கள் நேருமோங்கதால கொட்டாவிய மட்டும் விட்டேன். இனி ஆர்வம் உயராம யாரையும் கிண்டக்கூடாதுனு முடிவெடுத்தேன். மறுபடியும் பிச்சி பூக்களின் இழைகளால் ஆன தந்திகள் மீட்டும் இசைய நா கேட்டு ரசிச்சேன்.

03

போங்கல புண்டைச்சிக்க மோனுவளானு இந்த வித்தியாசப்பட்ட மனுஷன் குச்சியெடுத்து தேர்ந்த வாள் சண்டைக்கார குரோமி மாதிரி தனியனா எவரையோ வெரட்டும்போ நா உற்சாகமா துள்ளி குதிக்க பிரயத்தனப்பட்டேன். வலிமையிழந்த பரம்பரையின் கடைசி திசுவென்பதால தான் இன்குபேட்டர்லேர்ந்து எழும்ப முடியலயோ என்னவோ. தெரியாதது தெரியட்டும்னு கெழவன் திரும்பி வந்தான். பளிச்சுனு அந்தப் பகுதில பரவியிருந்த ஊதா நெறம் நிழலா எனக்கு விரும்பத் தகுந்த ரம்மியத்த தர பார்வை பரப்பு விரிஞ்சுது. அவனுட்ட எதுக்காக அடிக்கடி கோணல்மாணலா அசைய இந்தச் சாக்கு பைய தலைல வெச்சிருக்கியோனு கேக்க எண்ணுனேன். நீ யாருன்னு என்னை பின்னுக்குத் தள்ளி கெழவன் முந்திக்கிட்டதும் திருதிருவென முளிச்சேன். 'நீ யாரு?' இப்டியொரு கேள்வி எனக்கு வினோதமாவும் என்னை நக்கலடிக்கதாவும் தெரிஞ்சுது. கெழவன் சட்டை பாக்கெட்டுலேர்ந்து பீடியை எடுத்து பத்த வெச்சான். ஏய் ஒன்னத்தான் கேக்கேன் யாரு நீனு பொறுக்காம விளிக்கான். உண்மையிலேயே, எனக்கு என்ன பதிலளிக்கதுக்குனு தெரியல. இக்கேள்வி ஒரு வேட்டை விலங்குட்டேர்ந்து உயிர் தெறிக்க ஓடத் தயாராகும் ஆபத்தை உணர்ந்த மானாக என்னை ஆக்கியது. கெழவனின் கேள்விக்கான பதிலானது என்னுடைய கட்டுப்பாட்டையும் மீறுன செய்கையின் நிமித்தமாவே வெளிப்பட்டுச்சு. மஞ்சள் ஒளியை தெறிக்கவிட்டு மின்சார நரம்புகள் இன்குபேட்டருக்க அடியிலாக துருயேறுன பழைய பாணி கத்தரிக்கோலொண்ண கெழவன் முன்னாடி நீட்டிச்சு. என்னையே அறியாம தேர்ந்தெடுக்கப்பட்ட கேள்விக்கு பதிலளிக்கும் பாக்கியம் கிட்டதுக்கு நா குடுத்து வெச்சிருக்கணும்னு தோணுனது மட்டுமில்லாம எனக்க தலைமுறைக்கே இச்செய்கையொரு மரியாதைனு பூரிச்சுப்போனேன். கெழவன் மின்னுற ஒளி தெறிக்க வந்த

கத்தரிக்கோல கண்டதும் என்ன செய்யதுக்குனு ஒண்ணும் ஓடாம அப்டியே அசையாம நின்னுட்டான். அவன் முழங்கால் சில்லு அவனையும் அவன் சொமையையும் தாங்காம பயங்கரமா நடுங்கியது. அந்தப் பழைய கத்தரிக்கோலுல என்னயிருக்கோனு எண்ணும்போ பீடி கங்கு தெறிக்க விழுந்துது. கெழவன் தளந்துபோய் கத்தரிக்கோல் முன்ன பொத்துனு முட்டங்கால் போட்டான். முட்டங்கால் போட்ட அதிர்வின் அசைவுல அவன் தலைக்கு தொப்பியா வீற்றிருந்த சாக்கு கவிழாதது கெழவனுக்க அனுபவத்த வெளிப்படுத்திச்சு. அவன் கறுத்த ஒடம்பு பல அடிகளை கண்டுருக்கும் இருந்தும் உலோகம் மாதிரி கட்டுனு இருக்குவ். கெழவனுக்கு சாவே வராதோனு கூட வேடிக்கையா எண்ணுனேன். கைகூப்பி கத்தரிக்கோல வாங்கி 'ரித்தாவ் ரித்தாவ்' னு கரகரக்கும் கொரலோடி கண்ணுலேர்ந்து கறுப்பு நீர் நுரை பொங்க விசும்புனான். என்னடா இது இவன்ட வந்து மாட்டிட்டோமேனு ஆகிட்டு. சத்துணவு யூனிபார்ம் தைக்கும் சுகவீனமடைஞ்ச ஆளு அவன் குடும்பத்துல இருந்துருக்கலாம். இப்போவும் உயிரோடியிருக்கலாம். முந்தி மூச்சுத்திணறி செத்துப் போயிருக்கலாம். எதுவானாலும் அது இல்லாத காலத்துக்கு உரியது ஒனக்கென்னேனு அவன் அந்தக் கத்தரிக்கோல தடவுறத் தடவுலயே புரிஞ்சுது. துணியொண்ணுக்கு எத்தர கெடைக்குமோ? பத்து ரூவா நோட்டுல தானே சம்பளத்த தந்துருப்பானுவே? னு எத்துவாளித்தனமா கேட்டுட்டேன். கெழவனுக்கு நா சொன்னது சரியா கேட்டதாவே தெரியல. கண்ணுல வழிஞ்ச கறுப்பு நுரை நீரை தொடச்சி தலைல நெளிய சாக்க கீழ எறக்குனான். இவனப் போல நெறையபேரு உண்டுனு எனக்குத் தெரியும். ஊரம்புடம் அலைஞ்சி பெறக்கி எடுத்தா இருநூறு கூடிப்போனா முந்நூறு கெடைக்கும் அதுக்குமேல இவனூளுக்கு கெடைக்கதா சிப்புல தகவல் இல்ல. விலக்கப்பட்ட கனியே முக்கியம். கனியில் நெளியும் புழு பத்துன தகவல் எதுலயும் இல்ல. ஆனா, புளுவுக்க முட்டை பத்தியும் முட்டையோட்டுக்க அமைப்பு பத்தியும் தகவல் கெடைக்குது. என்னவொரு அனிச்சையான முரண்! எனக்குத் தெரிஞ்சு இவென் எங்கிருந்தோ வலி பொறுக்க ஏலாம தப்பி வந்தவனாயிருக்கணும். கனிவற்ற எதன்மீதோ சாடி பெரிய மாட்டு மாக்கான டார்ச்லைட்டால தெணறடிக்க முயலுறவன். இவன கண்நோக்கிட்டால் குரோமிகளத் தவிர பாவம் அப்பாவினு மூஞ்ச திருப்பதுக்கு ஏதேசம் அவனப்போலயே

உள்ள வித்தியாசப்பட்ட மனுஷங்களாலயும் கூடுற காரியமே. இந்த வித்தியாசப்பட்ட மனுஷன் கட்டவுக்காம சாக்க கத்தரிக்கோலுக்க கூரிய அலகால துளை போட்டு நேரா ஒரு இளு இளுத்தான். அறுந்த சாக்குல அளவுக்கதிகமான குப்பைங்க. அந்தக் குப்பைகளுக்கெல்லாம் தலையாய குப்பையா நெளியும் கொழந்தை குரோமிய வெளியே எடுத்தான். தன் ஒடம்பு மடங்க கெழவன், கொழந்தை குரோமிய எம்முன்ன நீட்டி சாஷ்டாங்கமா குப்புறப் படுத்துட்டான். ஆணா பெண்ணானு காணலாம்னா ஆணுறுப்போ பெண்ணுறுப்போ அக்கொழந்தை குரோமிக்கு இல்ல. எனக்கு என்னத்த செய்யேனும் புரியல. ஒருவேளை அவன் எனக்காகத் தான் காத்துட்டிருந்தானோ? நாந்தான் 'நான்' னு என்னை எங்கோடி அடையாளம் கண்டுகிட்டான்? நா பேசுனத கேட்டுருப்பானோ? சோம்பலும் பொறுப்புணர்வும் செறுக்க ஓடி தப்புனா கொள்ளாமோனெல்லாம் பலவாறு யோசிச்சேன். செய்வதறியாம கெழவன் அடுத்து என்ன செய்வானோனு அப்டியே அசையாதிருந்தேன். அப்போதைக்கு சும்மா நிக்கதே சரியானது. ஏன்னா என்னை பாக்க முடிஞ்சவனுக்கு நா பேசதும் கேக்குமுங்க விசயத்தை தவறவிட்டது என்னோட தப்பு. சடங்குக்காகத் தான் கெழவன் இப்டி குப்புறப்படுத்து பண்ணானேயொழிய பச்சிளம் கொழந்தை குரோமிய எங்கையாச்சும் யாருக்காவது சும்மா குடுப்பாவளா? அதெப்படி கண்டுபுடிச்சேனா, தெறந்தாப் போதும்னு அணையாட்டு மடை திறந்து வாய்கிழிய வெகுண்டு வெரட்டுனவன் கத்தரிக்கோல கண்டதும் உம்னு ஆயிட்டான். மறுபடியும் தன் உணர்வுகளை மறைக்கதுக்கு அவன் மெனக்கெடல. அங்க தான் கொழந்தை குரோமிக்கும் அவனுக்கும் பெரிய வித்தியாசம் ஏதும் கெடையாதுங்கத கண்டுபுடிச்சேன். அதோடு எம்மேல கை வெக்கமாட்டாணி தெரிஞ்சதும் கெழவன் தோணறத செய்யட்டும் நாம நம்மபாட்டுக்கு நிப்போம்னு நின்னேன். கத்தரிக்கோல இடுப்புல எடுத்து சொருவுனான். சொருவீட்டு சட்டை பாக்கெட்டின் பீடி கட்டுலயிருந்து புது பீடிய எடுத்து பத்த வெச்சான். அழகா மெதந்த பொகைக்கு ஊதா நெறம் ரூபம் தந்துது. கொழந்தை குரோமி அதிசயமா ஒருக்காவும் அழல. மரண தூக்கத்துல கைய கால நெளிக்கீ. மனசார சொல்லேன் வீட்ட விட்டெறங்குலேனு சிரிச்சுட்டு சொல்லீருந்தான்னா வாசல் ஏறிருப்பேன். என்னயிருந்தாலும் என்னையும் பாவம்னு பாக்கல பாரு...சேச்சே...மனசாட்சி

கெட்ட குரோமி. ஓம்பி ஓம்பி ஒத்த பிள்ளேணி பாத்தது. ஒத்த அடியா ஒனக்கு பொம்பள குரோமி இல்லயில்லா உம் பொண்டாட்டீ குரோமிக்கு நா குடுக்கேனான் பாரு. யாரு? இவுரு எனக்கு பொம்பள குரோமி குடுப்பாராம். போட்டுச் சுடு. தலைல என்ன எழுதீருக்கோ அதான்டே நடக்கும் இல்லையா? னு வருந்தி பொலம்புனான். நிச்சயமா நா அவனோட கூட்டாளி கெடையாது. எங்களுக்கான சங்கிலி விசை என்னை இழுத்தாலும் நா அவனோட அடிமையும் இல்ல. அறிமுகமில்லாத எனட்ட எதுக்கு இதெல்லாம் பொலம்பான்னு கொழப்பமாயிட்டு. அறிஞ்சுக்க வேண்டிய தைரியமும் ஆசையும் பிறந்துது. சாக்கை பிரிச்ச வாக்குல போட்டதப்போட்டபடி அங்கயே விட்டுட்டு எனக்காகவே தவமிருக்கும் மெய்நிகர் திருக்கி போல கொழந்தை குரோமிய தூக்கி தோளுல கெடத்தி உறுதியான ஆசுவாசத்துல போவலான்னு சொல்லி நடையக்கட்டுனான்.

ஊதா நிற நியான் எல்லைக்கு வெளியே ரெண்டு வேகத்தடைகளைத் தாண்டுனோம். ரோடாவுமில்ல காடாவுமில்ல. ரெண்டு கோடுனு கூட ஊகிக்கலாம். பாதுகாப்பான பகுதியை கடந்து விட்டீர்கள் அபாயம்னு அறிவிக்க மண்டையோட்டு பலகை ஒண்ணத்தையும் காணோம். சேறும் சகதியுமா அடியெடுத்து வைக்கதுக்கே பெரும்பாடான நெலத்தை கொண்டே அது அபாயகரமான பகுதினு போஸ்ட் போட்டுர்லாம். அங்கு கொஞ்சம் லேசான இருளும் கலந்ததால தரைப்பகுதியோட நோய் பீடிச்ச மாதிரியான சாக்லேட் நிற வெளிச்சத்துல ரத்தத்தையும் தொழியையும் வேறுபடுத்ததுக்கே கடினமாவும் களைப்பாவுமிருந்து. கெழவன் வாயே தெறக்கல. நானும் தெறக்கல. பாதி வழில நின்னுட்டு முடிவ மாத்தி வந்தவழியா திரும்பி போகத்தான் முடியுமோ? அதுவும் முடியாது. கெழவன் முக்கியமான ஆளா? அப்டியும் இல்ல. கொழந்தை குரோமி? கொழந்தை குரோமி என்னை போல இருந்துது. அதாவது, நா எப்படியா இருந்துருக்கணுமோ அப்படியா இருந்துச்சு. பாடுகளோட பொக்களத்த பிச்சி சளசளக்க இந்த இன்குபேட்டருள் என் வாழ்க்கை அநியாயமானது. ஐயையே என்னையறியாமலேயே வந்த கவலைக்கிடமான ஏக்கத்தின் பொய்பிரச்சாரம்! (பொய்பிரச்சாரத்துக்காக என்னை மன்னிக்கவும்).

அந்நெலத்துக்கவும் நெறத்துக்கவும் அந்நியத்தன்மையாலும் அடங்குன பயங்கரத்தாலும் எனக்கு பேடில திசுக்க தலைப்பகுதி வலியெடுத்துது. நாம செத்தோம் நண்பனே! நாம செத்தோம்னு எச்சரிக்கும் விதமா கத்துனேன். கெழவன் தன் முன்னேறும் முனைப்பால் நா கத்துவது எதையுமே பொருட்படுத்தாது போறான். குட்டி பூனைய ஓநாய்கு கொடுக்கதுக்கு சமானம்னு சொல்லிச் சொல்லி பாத்தேன். மாறுதலுக்கே லாயக்கில்லாத வித்தியாசப்பட்ட மனுசனுவ இன்குபேட்டருக்கு ஆர்டர் குடுத்துர வேண்டியது தான். எனக்க எச்சரிக்கை எதையும் செவிமெடுக்காததால யாரு செத்தா எனக்கென்னேனு பின்தொடர்ந்தேன். வேறயென்ன செய்யதுக்கு? என்னை எதுவுமே ஆற்றுப்படுத்தல. சிக்கல் இன்குபேட்டர்ல இல்ல ரெண்டு ரூவா நாணயத்துல இல்லா இருந்துருக்கு. இருக்குது. தொழில சிப்சிப்னு காலெடுத்து வெச்சு தாண்டீட்டே நா பழைய ஆளப்பா இதெல்லாம் ஆகாதுனு மட்டும் கொழந்தை குரோமிய அடகாத்தாப்புல பொத்தி நகர்ந்துட்டே சொன்னான். மேல ஆகாயத்துல லேசா தூத்துர மழையை நியான் நிறங்களான பிளாஸ்டிக் இளஞ்சிவப்பும், புரோட்டான் ஊதாவும் பாதிக்குப் பாதி நாங்க வர்ற தொழி கொட்டுன திரவ சாக்லேட் கலர் நிலத்தை பிரிச்சு மழைத்துளியோடி வடிகட்டி வீசும் புதிய இரண்டு நெறங்களாக தெளிவாகி நாங்க போகுற அதே நிலத்துக்க அடுத்த பகுதிக்கு புதுமையான பளபளப்ப கௌப்பிச்சு. ஒரு ஜோடி சட்டத்துக்கு மாறி அடுத்த ஜோடி சட்டத்துக்கு பாதியாக பிரிஞ்ச ரெண்டு நெறங்களும் பிரிவினை வாதத்துக்கான முன்னுணர்வாக தோன்றினாலும் போகப்போக சூழல் கடினமாயிட்டு. ஓ களமே போர்க்களமேனு கெழவனோ உறுதியாட்டு முன்னேறுனான். முடிஞ்சுதுனு நெனைக்க நேரத்துக்கு தொடங்குனான். இதுக்க மேல முடியாதுனு நெனைக்கச்சுல மெதுவாட்டு நடக்கான். தன்னைத்தானே ஊக்கப்படுத்தியதாக தெரியல ஆனாலும் அவன் உறுதியானது ஆச்சரியமும் அதே சமயம் அவன்பேர்ல மரியாதையையும் தரக் கூடியதாவுமிருந்துது. தொழில செருப்பு பூந்தியதை எடுக்காத அவசரத்தையும் சமயத்துல காட்டுனான். வெளீல நின்னா வார குளுருல கொழந்தை குரோமி நடுங்கி நெளிஞ்சுது. ஓரெடத்துல ஓய்வெடுத்துட்டு போவோம்ங்க என் யோசனையையும் கெழவன் நிராகரிச்சான். இங்க ஓய்வெடுக்கதுக்கு எடம் ஒண்ணும் கெடையாது

அதான் வந்துட்டோமில்லா மேட்டுகிட்ட போயிட்டா குளிரே அடிக்காதுனு தற்போதைக்கு சட்டைய கழத்தி கொழந்தை குரோமிக்க மேலுக்கு போர்த்திவிட்டான். அவ்வாறு போர்த்தும்போது பாக்கெட்டுலயிருந்த பீடிக்கட்டு தொழில விழுந்துது. யாருக்கையோ கட்டை வெரல் பீடி கட்டு விழுந்த எடத்துல கெடந்துது. முன்னால கெழவன் இழுத்துப்போக நா ஒருதரம் கடந்து வந்த இடத்தை இன்குபேட்டரின் சூழல் இருக்கைய திருப்பி நோட்டம் விட்டேன். எனக்கு தூக்கிவாரீட்டு. தொழிக்குள்ள எக்கச்சக்க சவங்கள்! ஓய்! நீரு எதுக்காக போறீரு? தொழிக்கடில யுத்தம் ஓய்! சாவதுக்கா? னு அலறுனேன். நெஜமாவே தொழிக்குள்ள யுத்தம் நடக்குதா இல்லையானு கெழவனுக்குத் தெரியும் ஆனாலும் அவன் நிப்பானோ? யுத்தமுமில்ல ஒரு மயிறுமில்ல மனத்தைரியம் வேணும் எங்கோடியும் ரட்சப்படலாங்க தைரியம் வேணும்னு சாரத்த ஒருகையால கெட்டீட்டே சொன்னான். மழைலயும் அடிக்கும் வண்ணத்துலயும் செரியா தெரியமாட்டேங்குது விளாடப்பிடாது பாதத்துல உணர்வு உண்டா? என்னென்ன தெரியுதுனு கேட்டேன். சண்டை நின்னுட்டுன்னான். வேற வெவரமுண்டா எல்லாரும் மாண்டுட்டாவளா?னதுக்கு எனக்குத் தெரியாது மவுனமாயிருக்கு இதக் கடந்தா தான் முழுசா தெரியும்னு பதிலுரைச்சான். தொழியை தூர்வாரி மாத்துனா தான் என்ன நடந்துது, நடந்துட்டுருக்கது தெரியவரும். ஆனா, தொழிக்குள்ள நடந்த, நடந்துட்டுருக்க யுத்தம் சும்மா காரணமில்லாம கைவிடப்பட்டதில்ல. எவ்வளவு கச்சிதமான காய்நகர்த்தல்னு வியந்தேன். வித்தியாசப்பட்ட மனுஷங்களால, குரோமிகளால இயலாத காரியத்த காய்நகர்த்தல் சாதிச்சிருக்கு. இப்படியொரு காய்நகர்த்தலுக்குத் தான் நானும் காத்துட்டிருக்கேன். கெடச்சா விடவே மாட்டேனு உறுதி பூண்டேன். இப்படியாக உறுதியெடுத்தது புத்துணர்ச்சிய கொடுத்துது. அழிவு எப்போவுமே புத்துணர்வை கொடுக்கக் கூடியதே. ரெத்தம் வடிப்பது புலனுக்கு எட்டாத புல்லரிக்கும் நிறைவை தருமே அதுபோல நம்பிக்கைக்கான யூரியா உரம் வேர்லயும் மண்லயும் கலவி பெசஞ்சி செய்யுற அதே வேலைய வித்தியாசமா அழிவும் செய்யும்.

நேராத நேரத்துக்கு நேரம் குழந்தை குரோமிய தோளு மாத்தி வெச்சுகிட்டான். போகப்போக தொழிக்கு மேல இன்னொரு படுகையா நாங்க கடந்து வந்த ப்ளாஸ்டிக் இளஞ்சிவப்பு,

புரோட்டான் ஊதா வண்ண நிற நிலப்பகுதிகளில் சரிக்குச்சமமா இரு நிறப் பெருவெள்ளம் அந்தந்த இரு நிற நிலத்தில் ஏற ஆரம்பிச்சுது. கெழவன் ஏன் நிறுத்தாம நடக்காங்கதுக்கு இப்போ பதில் கெடச்சுதா? ஆளு உண்மையிலேயே கெட்டிக்காரன். கொள்ளாம் ஒரு இனக்குழுவின் உயரிய பதவிக்குரிய வித்தியாசப்பட்ட மனுஷனே. அவன அவசரம் காட்டவெச்சது அவனுக்க பாதுகாப்பு உணர்வுன்னாலும் கொழந்தை குரோமிக்கு எவ்விதத்துல அது பயன்பட்டது? கொழந்தை குரோமியானது சாக்குல வசதியாகவே உயிர் வாழ்ந்துட்டிருந்துது. ஆகாரத்துக்கும் அழுகைக்கும் பணியாம உயிரோடியிருக்கத நெளியதால மட்டுமே ஒலகத்துக்கு தெரிவிக்கும் அதன் தக்கவைக்கும் சக்திக்கு எங்கோடி ஒதவிச்சு? இதுக்கெல்லாம் அவதாம் பதில் சொல்லணும். அவ பதில் ஏதும் சொல்லப்போறதில்லைங்கது திண்ணம். கெழவனாச்சும் பரவாயில்லை அவளுக்கு கெழவன் தேவல. நா தீர்க்கதரிசியோ இறைவாக்கினனோ அல்ல. சிப்புல வரும் தகவல்களைக் கொண்டு தோராயமா கணிக்கேன். நாம மரிச்சாலும் நம்மளோடையே நம்ம செயல்திட்ட ஞாபகங்களும் மரிச்சாலும் குப்பையாவது வரைக்கும் நம்ம தகவல்கள் மரிக்காதே.

சரல் கற்கள் குவிந்த உயரமான மேட்டுக்க மேலேறி வந்தோம். வானம் நாங்க வந்த நிலத்தை பிரிச்ச அதே ரெண்டு நிறங்களோடயே தெளிவுகுன்றி மேட்டையும் பிரித்து மங்கலாக்கியது. நீர், நியான் நிறத்தை எப்பவும் பளபளப்பாக்கி காட்டீரும். மழை எனக்க கண்புலனுக்கு உதவுது. என்னதான் உதவுனாலும் வித்தியாசப்பட்ட மனுஷங்களுக்க குணத்தை போல அது சோகமானதும் சட்டம்பித்தனம் கொண்டதுவே. மேட்டுக்க அந்தப்பக்கம் ஈரத்துக்கான அறிகுறியே காத்துல இல்லை. அங்கயோ நெருப்போட வெளிச்சம் இருளை புடிச்சு தள்ளீட்டே உலைக்களத்துக்கு நிகரா ஜொலிக்குது. வெளிப் பார்வைக்கு நெருப்புக்கும் இருளுக்கும் இடையில் நடைபெறும் தள்ளுமுள்ளாகத் தெரிய, உஷ்ணமோ மேடால் உறிஞ்சப்பட்டு எங்களுக்கு புழுக்கத்த தந்துது. அப்போதான் மழைல நனைஞ்ச எங்களுக்கு இந்த உஷ்ணம் கொழப்பத்தையும் தீப்பிடிச்ச அடுக்குமாடி குடியிருப்புலயிருந்து குதிச்சி தப்பிச்சா போதும்ங்க பீதியான மனநிலையையும் குறிப்பா கெழவனுக்கு தந்துது. ஈர்ப்புவிசை பற்றி ஓரளவு தெரியும்னால இந்தப் புழுக்கம் வெறுமனே நம்மள மாட்ட வைக்கதுக்கான பொறினு எனக்கு

பிடிபட்டு. கெழவன்ட சொன்னாலும் அவன் செவிசாய்க்க போறதில்ல. ஏன்னா, குறிக்கோளுக்கு சீர்கேடா மாறிரும்ங்கத அவனும் அறிவானே. கொழந்தை குரோமி எப்பவும்போல சீரா மூச்சுவிட்டு நல்லாவே தூங்கிட்டுருந்துது. கெழவன் வழிநடத்த நானும் கெழவன் பின்னாலேனு மேட்ட சுத்தி நெருப்பின் ஒளி வார பகுதிக்கு கிளம்பினோம். மேட்டின் அடிவாரத்தில் கருகருனு நிறங்களண்டாத சரலுவ இருள் பரப்புல மெதக்கதான மாய பிம்பமா கெழவனுக்குத் தடுமாற்றத்த தந்துருக்கும். திடீர்னு மறந்து போனது ஞாபகம் வந்ததாட்டு ஐயயோ எங்கபோச்சுனு குறுக்கும் மறுக்கும் குனிஞ்சு தேடுறான். கெழவன் கத்தரிக்கோல தேடான்னு எனக்குத் தெரியும். நா வாயே தெறக்கல. அந்தக் கத்தரிக்கோலுக்க உபயோகம் முடிஞ்சுது அப்போ எதுக்கு அதத் தேடான்னு எனக்கு வெளங்கணுமில்லா அதான் நா எதையும் சொல்லல. எனக்க முகக்குறிப்ப ஒணர்ற அளவுக்கொண்ணும் இவன் அறிவாளியுமில்ல. இங்கே முகம் என்பதும் யாருக்கும் உரிமையுடைய சொத்தும்மில்ல. குரோமிகளும் வித்தியாசப்பட்ட மனுஷங்களும் எப்பவுமே அப்டித்தான். எப்பவாது இன்னார் இம்மாதிரி தான் உணர்ந்தார்ன்னு முகக்குறிப்பால கண்டுபுடிச்சாலும் தன்னோட உணர்வையே மத்தவீள்ட பாக்கதுக்கு இயலாமைல விரும்புறாங்க. கத்தரிக்கோல எங்கயோ தவற விட்டுட்டேன் வழீல விழுந்திருக்குமோனு வருத்தம் தொனிக்க கேட்டவனுக்கு இருக்கலாம் நா பீடி கட்டு விழுந்தத கண்டேன் எனக்குத் தெரியாதுன்னேன். கெழவன் செரி போவட்டு அதான் குழந்தை குரோமி இருக்கில்லானு கொழந்தை குரோமிக்க முதுக வருடுனான். வளைச்சா வளையும் கெழவனில்ல இவன். வளைச்சா ஒடையவும் செய்யாமில்லையேனு புளுங்குனேன். மொதல்ல பீடி கட்ட தொலச்சான் இப்போ இத. இருந்தாலும் எப்போவ் ஏன் இப்டி இருக்கானுவளோ புடிச்ச புடியில எங்கோடி எவ்வளவு வேகத்துல கெறக்குனாலும் பிடிய விடாமேனு உள்ளுக்குள்ள குமுறுனேன். ஒருத்தன் எப்ப ஒடச்சாலும் துண்டுத் துண்டா உடையணும். உடையும் ஒவ்வொரு துண்டுலயும் அவன் மீதமிருக்க சுற்றத்த ஆக்கிரமிக்கணும். அப்போ தான் பதற்றமானது பரவும் புது உலகம் வளரும். ஒருவேளை கெழவனுக்கே இந்த மனநிலை புதுசோ? இம்மாதிரி அவன் எப்பவும் செயல்பட்டுருக்க முடியாதே. இதுக்கமேலயும் கெழவன கிண்டதுல பிரயோஜனம்

இல்லை. ஆகையால் கெழவன சும்மா அவன் பாட்டுக்கு செய்ய விரும்பத செய்யவிடதே உகந்ததுனு புரிஞ்சுகிட்டேன்.

இருமருங்கிலும் அடர் மஞ்சளும் சிவப்பும் கலந்த நெருப்பு ஜுவாலையா எரிஞ்சுட்டுருந்த ஒத்தையடி பாதைக்கு வந்தோம். மர்ம உறுப்புல பயணம் பண்ணுனது போலிருந்துது. பழையதை எதையும் எரிக்காத தீ நிச்சயமா வருங்காலத்த எரிச்சிட்டிருக்கணும். அதனாலயோ என்னவோ அணையாம எரிச்சி அணையாம அழிச்சிட்டேயிருக்குவ். ஆவியாட்டு அலறலும் கரும்பொகையாட்டு ஓலமும் நிழலாட்டு சரீரங்களும் கண்வித்தை காட்ட உயிருக்கான அறிகுறி எங்கயும் தென்படல. எத்தனையோ அந்நியக் காரணிகள் துன்பத்துலேர்ந்து விடுதலை அடைஞ்ச வீரியத்தோடி எங்கமேல பாய்ஞ்சத ஒணர்ந்தோம். நீராவிய தொடுரத போன்ற தீண்டல் எங்களூட்ட பற்பல மனவேதனைகள பகிர்ந்துகிச்சி. அத்தனையும் படுபாதகமான தலைவிதியின் மனவேதனைகளே. ஒருவேளை அதுதான் அவளுக்கான அறிகுறியோ? மழுப்பி அதாவது வழுக்கி தான் தாண்டுனோம். நெறங்களில்லாத வெம்மை முதுகத் தொடர இனி தாமதிக்காண்டாம் நாம வந்துட்டோம்னு சொல்லி நின்னுட்டான். அதற்கு மேல் போறதுக்கு அங்க எடமே இல்ல. ஏன்னா நாங்க வந்தது கறுப்பு வெளிச்சப் பகுதிக்கு. வெளிச்சந்தான் ஆனா கறுப்பு. பின்னாடி எரிகின்ற நெருப்பெடுத்து போனாலும் அங்க பாதைகள் உண்டுன்னா தானே நெருப்பும் வழிகாட்டும். எதுவுமற்ற எடத்துல நெருப்பக் கொண்டுபோனா அந்த ஏதுமற்ற வெளியில் நெருப்பு மாத்துரம் தானே தெரியும். காத்திருப்பு பெரிய தொல்லை ஆகியது. கக்கூஸ் போனாலும் காத்திருப்பு, ஆசுத்திரி போனாலும் காத்திருப்பு, அலுவலகம் போனாலும் காத்திருப்பு. காத்திருப்பு காத்திருப்பு காத்திருப்பு. எங்க போனாலும் காத்திருப்பு. நாங்களும் காத்திருந்தோம் வண்ணத்துக்காகவும், அவளுக்காகவும் இன்னும் சிலபேருக்காகவும். ஒத்த சொடக்குல, சின்ன இமைப்புல இதெல்லாம் மாறீரலாம். நானோ காத்திருப்புக்காக மட்டுமே காத்திருந்தேன். களைப்புச் சுமை, என்னை நானே பராமரிக்காம விட்ட வருத்தம், தொழி கறையில் இன்குபேட்டரின் முன்பக்க பைபர் மூடி, அதிரரும் இன்ஜின், அதுல கர்ணமா வழிகிற பாய்மம், சுருக்குக் கயறு இறுகும் துறுக்கோசை, மண்ணை துளைத்து வந்த வண்டு, ஒடஞ்ச கல்கட்டு, தகர்ந்த பாலம், மறுசீரமைப்பற்ற குடியிருப்பு, பூத்த முள்ளங்கி பூக்கள், சாம்பல்

குவியல், வீழ்ச்சிக்குப் பிறகான தொடுதல்னு சுத்தியிருந்த அத்தனையும் முழுமையாவதுக்கான வயோதிகத்துல நாங்களும் இணைந்தோம். எப்பொழுதோ வானத்துல போதிய வாக்குறுதிகள் பத்தாத பலக் கண்ணில்லாத காகங்கள் பட்டாளம் பட்டாளமாக வருவதைக் கண்டோம். கரும்பலகைக்கு மேல இன்னொரு கறுப்பு வீக்கமா தெரிஞ்ச காகங்க ஸ்டிக்கர் மாதிரி தொடக்க வீக்கமா வந்துது. அப்புறமா அதுமாதிரியே நெறைய காகங்கள் அங்கங்கேனு தென்பட்டது. எங்களுக்கு தென்பட்டதாலயே காகங்கள் கரையது போலிருந்துது. வான்வெளிய காக வீக்கங்கள் மொத்தமா மூடீரல. இடையிடையே தெரிஞ்ச எடங்கள்ல சின்னச்சின்ன பூச்சிகள் காற்றை விட பத்து சதவீத அதிக தடிமனோடு வளைவுகள்ல பறந்துது. காகங்களும் பூச்சிகளும் கூடு அடையதுக்காக வந்துருக்கலாம். எங்க முன்னாடி நிறவொளி புகும் தூரிகை வெளிச்சம் உள்ளத உள்ளவாறே நெடுந்தொலைவுக்கு இட்டுச்செல்லும் பதுங்கு குழிகளையும் தார்பாய்களையும் சீரா காட்டிச்சு. நைந்துபோன குரோமிகளும் கெழவனை போன்ற வித்தியாசப்பட்ட மனுஷங்களும் பதுங்குக்குழிக்குள்ளாடி எங்களை எதிர்நோக்கி ஆர்வமா பாத்தாங்க. சிலர் போயிட்டேயிருந்த பதுங்கு குழி முடியுற சமதளத்துல அவ நின்னத பாத்துட்டுருந்தாவ. அவ நின்னா உயிருள்ளவளா நின்னா. குரோமிகளும் வித்தியாசப்பட்ட மனுஷங்களும் எங்களயே பாக்கதாட்டு தோணுனாலும் உண்மையில் அவங்க கொழந்தை குரோமிய தான் பாத்தாவ. நமக்காக காத்துட்டுருக்கத பாத்தீளானு நிறைவு பொங்க கெழவன் எனட்ட சொன்னான். நாம வெறும் கத்தாிக்கோல் தான் நாம வெறும் கத்திரிக்கோல் தான்னு சொல்லீட்டேயிருந்தான். நிறம்புகும் வெளிச்சத்துக்கு வந்த உயிர்களையும் சராசரியான வண்ணங்களையும் மீறி நா அவளப் பாத்தேன். தூரத்துல ஒல்லி நாணலா வளஞ்சி நின்னா. இதுக்காகவே இத்தனை கஷ்டங்களயும் கடந்து வந்தேன். இனியும் தாமதிச்சா திட்டம் வீணாயிரும்னு சீக்கிரமே சக்தியெல்லாம் ஒண்ணுதெரட்டி கிண்ட தயாரானேன். முப்பட்டகக் கண்ணாடி மேல இன்னொரு முப்பட்டகக் கண்ணாடிய வைக்க ஒருமுகப்படுத்துனேன். கெழவன் தயாரா கொழந்தை குரோமிய எல்லோருக்கும் காண்பிக்கும் பொருட்டு தூக்கி ஒயத்துனான். அந்தக் கொழந்தை குரோமிய தங்களுடைய மீட்சிக்கான குரோமி போல குரோமிகளும், வித்தியாசப்பட்ட மனுஷங்களும் அண்ணாந்து

பாத்தாவ. என் திசு பலூனாக ஊதி உப்ப வெளிப்பகுதி மெல்லிசாக மாறீட்டு. எப்பேன்னாலும் திசு பொத்து இறக்க நேரிடலாம். பதுங்கு குழிக்க முடிவாயிலில் நாணலாக அவ கொழந்தை குரோமியை வாங்க அசையுறா. குரோமிகளும் வித்தியாசப்பட்ட மனுஷங்களும் அதிசயத்துல கொழந்தைய அவளுக்கு கடத்ததுக்கு தயாரானாங்க. நானோ தோல்வி முகம் தழுவியே இருந்தேன். இருந்தும் விடாம முப்பட்டகக் கண்ணாடிய இன்னொரு முப்பட்டகக் கண்ணாடி தட்டி ஒடச்சுராம அணுக்கமா வைக்க ஊதியூதி பெருசாயிட்டுருந்தேன். திசுல வெடிப்புகள் வரத்தொடங்க அதிலிருந்து புனிதநீர் மஞ்சளா விட்டா பொத்து ஒழுகும் நிலைல முப்பட்டகக் கண்ணாடிய நேராக்கி இன்னொண்ணுல சரியா வச்சேன். அவ அப்படியே நிக்கவும் கெழவன் கொழந்தை குரோமியை ஒயத்தி குரோமிகளுட்டயும் வித்தியாசப்பட்ட மனுஷங்களுட்டயும் கொடுப்பதுக்கு முன்பு கடைசியாக உச்சி முகரவும் துல்லியமா தூரத்துல நின்ன அவள ஒரு கிண்டு கிண்டுனேன்.

04

இறுதியும் தொடக்கமும். அதெப்படி சொல்லதுக்கு? ஆதியும் அந்தம்முமா? இல்லயில்ல இறுதியும் தொடக்கமும்னு சொன்னாச் சரியா வருமா? இல்லயில்ல புரியல. தகவல்கள் மட்டும் போதாது. எனக்குத் தெரியல. இறுதியும் தொடக்கமும்னு சொல்லுவதே கடைசியை இறுதியா வர்ணிக்குமோ? கண்டுபுடிச்சிட்டேன். தப்பு. அதுயில்ல கண்டுபுடிச்சிட்டேன். தெரியல! ஆமா தெரியலைனு சொல்லது தான் சரியானது. கடைசிய தெரியல இறுதியா தெரியல. தெரியல என்பது இரண்டுக்கும் இடையிலான வெறுமையாகும். அர்த்தங்கள உண்டுபண்ணாலும் 'நான்' தெரியலையா இருக்கேன். தெரியல தெரியாததாவே இருந்தாலும் என்னை வலுவா இருத்த வைக்குது. தெரியலைங்கது பற்றாக்குறை இல்ல. சமரசம் அதுக்குள்ள ஆவ முடியுமா? தெரியலைகளின் கூடாரங்கள்ல அவ வசிப்பதாலத் தான் அவளிருப்பதே எனக்கு தெரியுது. ச்சோ....இதுதான் எனக்கான வலியோ? அதுனாலத்தான் என்னால எண்ண இயலுதோ? வலியின் விளைவாக கற்பனை முசிஞ்சி வலியை மிகவும் அற்புதமாக்குதே. பெண் குரோமியின் கொரலும் நடத்தையுமே அவள குரோமினு நெனைக்க வைக்குது. உருவத்தை கண்டு எடை அதிகரிக்க வலி தனக்க மற்றொரு மறுத்த பக்கத்த பொரட்டுது. கோரமும், பதற்றமுமே அது. இதெல்லாம் அச்சத்தில் வரும் ஆரம்ப உளறல். அது அவளே தான். ஒருசேர பயத்தையும் அற்புதத்தையும் உண்டு பண்ணுற வலி அரை மயக்கத்தையும், அரை பார்வையையும் பறிச்சிருக்கு. அவளில்லாட்டி எனக்கு எல்லாமே எளிமையாக புலப்பட்டிருக்கணுமே. அப்டி நிகழலியே. இறுதியா அசைவுக்கும் அசைவின்மைக்கும் நடுவுல தொப்புனு விழுந்ததுனால எனக்குத் தெரியல. 'நான்' விபரீத தெரியல.

அப்போ நாங்கேனு சொன்னாச் சரியா வருமா? வராது. நாங்க எங்கயும் இல்ல நமக்கு மத்தீலயும் இங்க 'நான்' மட்டுமே அவளோடு இருக்கேன். இருக்கல சரிஞ்ச வாக்குல

கெடக்கேன். இழுத்தல் கொறைஞ்சாலும் இன்னும் இழுபடுறேன். தென்னவோலைல நா மல்லாக்கப் படுக்க, மட்டையை அவ இழுக்கது மாதிரி ஊர்னமா இழுபடதுனால அவ என்னை விடுவிச்சிட்டானு எண்ணீரக்கூடாதே. அதுவேற அவ ஏதோ இதிலெல்லாம் தனக்கும் பங்கிருக்குனு நெனைக்குறா. வலிஞ்சு தேடி வாரது எந்த விதத்துல நியாயம்? எப்டி அவ பங்க கொடுக்கதுக்கு? அப்போ அவ இரையோ? இப்போவோ அவ மகாராணியா? மாயக்கிடுக்கியா? அவளுக்க அகோர நினைவுகள்ல சிக்கி சின்னாபின்னமாகி அவளவிட மெலிஞ்சு அவளுக்க சர்க்கரை பாகில் கரித் துகளாயிட்டேனே நா. எப்டி நேர்ந்துருக்கும் இந்த விபத்து? ஒலிபாம்பா கிலுகிலுக்க என் பக்கத்துல வாரா. நிச்சயமா என்னால இதச் சொல்ல முடியும். சே எழவு ஒருவேளை திட்டங்கள கண்டுபுடிச்சிட்டாளோ? வாயு அப்புறம் நீர் உள்ள எறங்குனதுல கூச்சலும் கொழப்பமும் இன்னும் எனக்கு மட்டுமே கேக்குது. நீ ஒரு ரிப்போர்ட்டரானு வினவுறாள். இதுக்கு நா என்ன பதில் சொல்வேன்? இந்த வண்டி எதுல ஓடும்னு கேக்கா என்னை கொல்லப் போறாளோ? கிறுகிறுப்புல எதையும் உன்னிப்பா கவனிக்கவும் முடியலயே. டபார்னு வெடிச்ச வெடில கத்தரிக்கோலுக்க பாதி அலகானது பைபர் மூடியையும் தொளச்சி என் திசுல குத்தியுட்டு என்னையும் உள்ள நகர ஏலாம ஆக்கிட்டு.

தேனோ? இந்த மஞ்ச நீரு ஒனக்க ரெத்தமோ? னு இன்குபேட்டர் மூடிய தொடா. நா தொலஞ்சேன். எங்கயோ ஏதோவொரு திசு எழுதிவெச்சதுக்கு நா சாவணுமா? என் ஆல்பாவை சபிச்சேன். இதவேணா நா எடுத்துவிடட்டுமானு குத்தி ஏத்துன பாதி கத்தரிக்கோல அடையாளங்கண்டுட்டா கள்ளி. எனக்க கத்தரிக்கோல் இங்க எப்டி வந்துதுனு ஆச்சரியப்படுறாள். முடிஞ்சி மொத்தமா எல்லாம் முடிஞ்சி. இனி அவ என்னை சித்திரவதை செய்வாளே. பொய் சொல்லட்டுமா? சொன்னாக்கூட என்னால தப்பியோட முடியாதே. அவ கொரல் இன்னும் ஊனமாயிட்டு. எனக்கு இதப்பாத்ததும் அழகமுகையா வருது தெரியுமா? னு விக்கிவிக்கி அழா. இந்தக் கொரலுக்கு கல்கோனா வாங்கி குடுத்தா கண்ணுலேர்ந்து வார கறுப்பு நீரை தடுத்துருமா? எனக்கு பரிதாபமா வந்தாலும் மரிக்கதுக்கு முன்னாடி இயன்றவரை ஏதாவது நல்லத பண்ணணும்னு ஆசப்படேன். இதற்கு நேர்மாறாக அவளை நா பரிகசிக்கலாம் ஆனா பரிகசிக்க எனக்கு வலு இல்லையே. நா திடமா இருந்திருப்பேன்னா

பரிகசிச்சு கிணுங்கிக்கிணுங்கி அவள இன்னொருக்கா கிண்டியிருப்பேன். என் பிறவி குணத்துல யாதொரு மாற்றமும் இல்லை. அதேமாதிரி இவபால் எனக்கு அன்புமில்ல. என்னை பெருமையாக்க என்னை நானே என் நிலையிலிருந்து குறைச்சுக்குறேன். அதுலயாது கொல்ல வாரவளுட்ட கருணைய விதைக்க முற்படுறேன். எப்படியானாலும் வீறாப்புக்கும் வேண்டுதலுக்கும் பலியாகுற சரியான பிறவி நானாகக் கூடாது. வீணான உன்னதத்துக்கு பலியாகவும் மாட்டேன். எனக்க முடிவு நெருங்கீட்டு. தோல்விக்காக மட்டுமே நா குத்துயுரோடி கெடக்கேன். யாரையும் கிண்டதுக்கு சக்தியற்றாலும் தப்பதுக்கு இங்க யாரையும் காணலையே. என்னோட இறுதி காத்திருப்பு இரண்டு துண்டங்களா சீக்கிரத்துலயே வெட்டப்படணும்ங்கதே. நா மரிக்கப்போறேன். வா வா ஆடியசைஞ்சு வராத சீக்கிரமா வா. வந்து உன் கத்தரிக்கோலாலேயே என்னை அறுத்துரு. அது எப்டி வந்துதுனு எனக்குத் தெரியாது. தெரிஞ்சாலும் ஒனட்ட நா எதையும் வெளக்கப்போறதில்ல. அது அப்படித் தான். ம்ம்ம் வெட்டீரு உன் அழகான கத்தரிக்கோல பைபர் மூடிலேர்ந்து உருவி என்னை முடிச்சிரு. என்னை உருவாக்குன என் ஆல்பாவால நா மடியல அதுவரைக்கும் இதுவொரு தனிப்பட்ட வெற்றியே. இதப் பாரு எங்குளுக்கு ஒன்னப்போல சொந்தங்கொண்டாட எதுவும் கெடையாது. கடத்தப்பட்ட தகவல்கள் மட்டுமே உண்டு. மரணிச்சாலும் தகவல்கள் கச்சிதமா எங்கள அரவணைச்சு பாதுகாக்கும். தகவல்களால நாங்க இயற்கையா மரணிக்கலேனா ஒனக்கு எங்கள கொல்லணும்னா எங்க தகவல்கள கொல்லணும். அது கிட்டத்தட்ட சாத்தியமில்லாதது. ஏன் தெரியுமா? தகவல்களெல்லாம் தகவல்களின் தொடர்ச்சி. ஆக கொல்லக்கொல்ல நாங்க தெள்ளுண்ணியாக வந்துட்டே இருப்போம். எங்க ரம்பம் மாதிரியான கொடுக்குளலால அரிப்பை தந்து சருமத்த சொறிய வைப்போம். நீங்க எல்லோரும் செத்திய. காத்த என்னால சுவாசிக்கவும் குடிக்கவும் ஏலாம மூச்சுமுட்டி பெரும்பாடாகுது. ஆனாலும் நா அச்சப்படல உயிர்போற ஆவேசத்துலயும் சலனப்படாம கெடக்க முயற்சிக்குறேன். தாறுமாறா மூச்சு எகிற காத்து கிழியும் இறுதி ஓசைக்காக வெயிட் பண்ணுறேன். இதோ அவ தனக்க நயவஞ்சக கொரலால தொடுரா. எனக்கு அத்தனையும் பெசகுது. நா தயார். ஆமா தயார். உருவாக்கலின் போதே இதுக்காகத் தயாராகியேயிருக்கேன். தாமதிக்காண்டாம்.

அன்னா பைபர் மூடிலயிருந்து கத்தரிக்கோல உருவீட்டா. ஆ... என்னை நா இந்த உருவலுக்கு சுதாரிச்சே வெச்சிருக்கேன். மூடிய தெறந்துட்டா. நெறங்களுக்க நெஜமான அடர்த்தி என் திசுவ வருடி வருடல் படருது. ஒரு பைபர் மூடியிலேர்ந்து இன்னொரு மூடியால மூடப்படுறேன். அவ்வளவு தான் உங்க ஒலகமும் நிறங்களும். நா இங்குள்ள திசு இல்ல இங்கிருக்க வேண்டிய திசு. அதனால என்னை எதுவும் வசீகரிச்சுராது. ஒனக்கும் எனக்கும் ஆயிரமாயிரம் வித்தியாசங்கள் உண்டு. எனக்குள் ஓடும் புனிதநீர் உன்ன பொறுத்தவரை அழுக்கு. உன் கத்தரிக்கோலுக்கும் அழுக்கு. துருப்பிடிக்காம வேணும்னா பாத்துக்கும். அதேமாதிரி இப்போ இது உன் பழைய கத்தரிக்கோல் இல்ல. இந்தத் தருணத்துக்கான என்னுடைய வாள். வீசு எம்மேல அடிப்படை மரியாதையோடி ஒரு சராசரி திசுவா சாவேன்.

ஆகா அழகாயிருக்கியே நா உன்ன கொஞ்சீட்டேயிருப்பேன் சரியானு அவ சொன்னதும் நா மயங்குனதாட்டு நடிக்கேன். இப்படி பேசுவானு கொஞ்சமும் எதிர்பாராதது. எல்லாரையும் எதிரினு நெனைக்கது மடத்தனம். தலையணைல மூஞ்ச பொத்தி வெளிக்குத் தெரியாம அழுறது போல என் மடத்தனத்த எண்ணி வெறுப்படைஞ்சேன். வலிப்பது நெஜம் காயமும் பொய்யில்ல உன் இயலாமை தா எனக்கதவிட கேவலமான நிலமைல தத்தளிக்குவ். நானென்ன வளர்ப்பு பிராணியா? ரூவா நோட்ட செல்லாததாக்கி வேறொண்ண மாத்ததுக்கு செல்லானோடு வரிசைல நிக்க என்ன குரோமியா? வித்தியாசப்பட்ட மனுஷனா? சீ ஊனமுற்றவளே என்னை தொடாத. உன் வெரலோட ரேகைகள் நா பற்றிப் புடிக்க ஏதுவாயிருந்தும்... ஆமா ரொம்ப மிருதுவாகவே இருந்தும்... செரி மன்னிச்சுக்க பஞ்சு மாதிரி வசதியாவே... போலியாக செருமுனேன். உன்னாலயும் எவனாலயும் நா கொஞ்சப்பட விரும்பல. வலுக்கட்டாயமா என்னை சிறைபடுத்துறியே நாவொரு உயிருனு தோணலியா? மேலயிருந்து கையெடு.

உண்மையச் சொல்லணும்னா இதெல்லாம் என்னோடு நானே பேசிகிட்டது. வெளிப்படையான அசைவுகள் மூலம் எதிர்த்துட்டா அது அவள ஆத்திரமூட்டிடும்னு பயந்தேன். இதுலயென்ன கேவலம். எனக்கு நா தப்பணும். தப்பதுக்கு நா பொழைக்கணும் பொழைக்கதுக்கு நா வாழணும். வாழதுக்கு அவ எனக்கு ஒதவணும். உற்சாகத்துக்கு தேவைனா இதுல

கொஞ்சம் சுகரு, இன்பம், மோனோ சோடியம் ஃக்ளூகாமேட் போதுமே வேறென்ன அபாரமாட்டு பண்ணீரப்போறேன். பாளம் பாளமான நெறங்கள்ல என்னை அவ கடத்தி கொண்டு போனா. இப்போவோ எப்போவோ அவ என்னை தோலுல செஞ்ச பழுப்பு பெட்டிக்குள்ள கெடத்தீருப்பா. கெடத்தணும். கெடத்தியாகணுமே. அது எளசா கிழுத்த பழுப்புப் பெட்டி. பச்சத் தோலை உரிச்சி நாலா மடக்கி அதுல என்னை இட்டு அடச்சிட்டா. வெளிப்புற காத்து புகாம நா ஒருவாறு தேறி வந்தேன். காத்துக்க பொறவு எது சரியா எனக்கு ஒவ்வாமைய தருதுனு இன்னும் கண்டுபுடிக்க முடியல. வித்தியாசப்பட்ட மனுஷங்களா, குரோமிகளா இல்ல தட்பவெப்ப சூழலா இல்ல நெறங்களா எதுன்னு சரியாத் தெரியல. மூறி மரத்துக்க கிளை ரெத்தமும் சதையுமா துடிச்சூட்டுருந்துது. துடிப்பின் அதிர்வை எப்பவும் கேட்டுணரலாம். வந்த புதுசுல என்னை படபடக்க செஞ்ச அதுக்க அதிர்வு பலமுறை கேட்டதாலயோ என்னவோ பழக்கமாயிட்டு. அடுத்தத் துடிப்பு எப்போ கேக்கும் எப்போ திசு பதறும்னு எதிர்நோக்கத் தொடங்கி அதுவும் பழகி துடிப்போடி ஒண்ணா ஐக்கியமாயிட்டேன். மயக்கத்துல மூறிக் கிளையில் கெடப்பதே நா ரொம்ப தாமதமா தான் அறிஞ்சேன். என்னோட இன்குபேட்டரையும் எனட்டயிருந்து பறிமுதல் பண்ணீட்டா. இதுல எங்கோடி அறிவியல் ரீதியான காரணங்கள அறியதுக்கு? அறிவியல் செத்தாச்சு. மீண்டும்மீண்டும் அழியதுனால அது அழிஞ்சுட்டுருக்குனு ஆயிடாது. சுருங்கச் சொல்லணும்னா அதுக்கு உயிர் குடுக்கதுனால அது செத்துப்போகுது. அது அழிஞ்சாச்சி. வாழ்க்கைய போல் அதுவும் அழிஞ்சாச்சி. இந்த இரண்டுக்குமான இரங்கல் கூட்டத்துல நா என்னை தக்கவைக்க போராடுறேன். கொடுமையென்னேனா அவளால நா ரேஷனா பதுக்கப்பட்டேன். அவளுக்கு வகைவகையான இன்னல்கள் நேர்ந்தத உள்ளேர்ந்து கேப்பேன் விரைவாவே மூறி மரத்துக்க துடிப்புக்கு பழகுனது மாதிரி எப்பெப்ப எந்த இன்னல்கள சொல்லுவானு கணிக்கவும் பழகீட்டேன்.

தேறுன ஆரோக்கியமே உருப்படியான முன்னேற்றம். அவளுக்க இன்னல்களோ மயம்ம கொழப்பங்களால் ஆனது. கெளைல ஏறி அவ அமரும்போ தோலாலான பழுப்பு நெறக் கூடு அமுங்கி தாழும். நல்லா இருக்கியா? சாப்ட்டியா? ஒடம்புக்கு இப்போ பரவாயில்லையா? னு பொதுவான நலம் விசாரிப்புகள் எதையும் செய்யமாட்டா. விரும்புனது போல எதையாது பேசுவா.

எந்தப் பேச்சுக்கும் முன்ன பேசுனதோடி சம்மந்தப்படுத்தி பாத்தா நமக்கே தலைகெறங்கீரும். அவ பேசதுல என்ன பலன்னா புதுப்புது தகவல்கள் நெறைய கெடச்சுது. வந்த தகவல்கள் இன்னொரு வார தகவலோடி ஒத்து போவாது. ஆனா எல்லாம் சேர்ந்து வெவ்வேறான இழப்புகள அவளுக்கு கெழவனுக்கத மாதிரி நினைவுபடுத்தும். இழப்புகள் மட்டுந்தான் கெழவனையும் இவளையும் தொடர்புபடுத்துர லிங் ஆகும். இழப்புகள நெனைக்கைல அவ அமைதியாயிருவா. குற்றத்தை நெனைக்கயில மனச கல்லாக்கி தான் காரணமில்லைனு தொத்ததுக்கு ரெடியா துள்ளதாட்டு மவுனமாயிருப்பா. அப்புறம் நா என்ன செய்யதுக்குனு தன்னைத்தானே நொந்துப்பா. மொதல்ல அவ ஒரு கொழந்தை குரோமியை கொன்னுருக்கா. எதுக்காக கொன்னாங்கத வெளியிடல. அடுத்ததா அவ செத்துருக்கா. கொழந்தை குரோமியை கொன்னுட்டு தன்னையே மாய்ச்சுட்டதா கொழப்பீரக்கூடாது. அதுக்கப்புறமா குடிசையிலேயே கொழந்தை குரோமியுடன் எரிஞ்சுருக்கா. அதுக்கடுத்ததா அவ உயிரோடியிருந்தா ஆனா, தான் அன்பு செஞ்ச அத்தனை குரோமிகளாலயும் நிராகரிக்கப்பட்டா. துரோகத்தாலயும் வேஷத்தாலயும் ஊர் முன்னிலையில் சென்னீல அறை வாங்கீருக்கா. மண்ணெண்ணெய்ய தலைல ஊத்தி கொழுத்தீருக்கா. இன்னொருக்கா கவனமின்மையால கரண்ட் அடிச்சு கொழந்தை குரோமியோடு செத்துருக்கா ஆனா கொழந்தை குரோமி எப்டி செத்துதூனு அவளுக்கே தெரியாது. யாரையோ காப்பாத்ததுக்கு கொழந்தை குரோமியோடு வீட்டு மொட்ட மாடியிலேர்ந்து குதிச்சிருக்கா. அப்புறம் பிரசவிக்கும் போது தானா மரிச்சா. கொழந்தை குரோமி அழுதப்ப பதறி கலக்கத்துல கக்கூஸ்ல அதை தலகீழா முக்கி கொன்னுருக்கா. கொலையாளி ஆவியும் பலியாவியும் அவ இழப்புகள வாங்கிக்கல. அவளுக்கு தெனசரி வாழ்வே பேரிழப்பாக மாறி அவ வாழதே நாளடைவுல இழப்பாக்கி மூறி மரத்துல கழத்திவிட்டுருக்கு. விட்டுருக்கணும். இனியும் விடும். வித்தியாசப்பட்ட மனுஷன் குரோமிகளுக்கு எதிராகவோ குரோமி வித்தியாசப்பட்ட மனுஷங்களுக்கு எதிராகவோ இழைக்கும் குற்றமா குறுகி வடிவமஞ்ச இந்தப் புதிய தகவல்கள் அது தரும் செய்திகளையும் மீறி என்னுடைய இயற்கையான உள்ளுணர்வுக்கு இவள துளியும் நம்பீரக்கூடாதுன்னே அறிவுறுத்துச்சி. நா நம்பல. அதே சமயம் அவ சொல்லும்போது கற்பனையில் சம்பவங்கள்

நிழல் படமா ஓடுனத மறுக்கவும் மாட்டேன். பொய்களுக்கும் கற்பனைகளுக்கும் காட்சிகள் உண்டே. உண்மைய இதுலேர்ந்து எவ்வாறு பிரிச்செடுக்கதுங்கதையே யோசிக்க சித்தமாகி எனக்கு விதிச்ச இருப்பை கழிச்சேன். நாசூக்கா கேடுகெட்ட அறிவிப்ப அறிவிச்சு போற அரசியல் செய்யுற குரோமிகள் உண்மைய சொல்லானுகளா இல்ல பொய்யச் சொல்லானுகளாணி எப்டி கண்டுபுடிக்கதுக்கு? இந்த இடையூற எங்கோடி ஊடறுக்கதுக்கு? ஆமா சாமி நியாயம் தான் நீங்க சொல்லீட்டாலே நியாயம் தான்னு எதுவும் நடக்காததா அன்றாட செயல்பாடுகளில் இயங்கி- அது எவ்வளவு பைத்தியக்காரத்தனமாக இருந்தாலும்- கடந்துபோயிரலாம். பெட்டிக்குள்ள அடங்கி கெடக்கும் நா ஆமா போட்டு எவ்வழியா தப்பதுக்கு? ஒரு திசுவா தப்பித்தல்னு சொல்லுறது முதல்ல என்னவா எனக்கு புரிஞ்சிருக்கு? விடுதலையடைவதும் தப்பித்தலும் ஒரு தீர்வாகாது மாறா தப்பித்தலும் விடுதலையும் ஒரு ப்ரோகிராம் பண்ணப்பட்ட விசை. இதெல்லாம் நா தப்பிச்ச பிறகு திரும்பவும் இந்த ப்ரோகிராம் பண்ணப்பட்ட விசையால் அவளுட்ட மாட்டியபோது கெடச்ச படிப்பினை. ஆகவே என்னுடைய தப்பிப்பு அதாவது என்னுடைய விடுதலை ஓரங்கட்டப்படுதலுலயிருந்தே தொடங்கியது. இன்னுமொரு விஷயத்தையும் சொல்லிக்குறேன். என்னை தப்பிக்க வெச்சதும் அவளே தான். பெட்டியில் கெடந்தப்ப மீட்டுயிர்ப்பு அடஞ்சது நானில்லையா. அதே 'நான்' அவளுக்க தூய்மையான இரக்கத்தை புறக்கணிச்சேன். பதின்ம வயசுல எகிறி ஓடுற குரோமியாட்டு நா அவள புறக்கணிச்ச வருத்தம் இப்போ வரைக்கும் என்னை வாட்டுது. மூறி மரத்துக்கு புதுசா முளைச்ச கிளையா சும்மா அங்கேயே கெடந்துருக்கலாம். நானோ கெப்பு வந்ததும் பெட்டியை உருட்டியும் தட்டியும் பாத்தேன். எதுவும் எடுபடல. இவா சொல்லத கேக்கதுக்கு நா என்ன இவளுக்க அம்மை குரோமியா? ஒண்ணுக்கும் வழியில்லையேனு பக்கு வெச்சுட்டே அடங்கிக் கெடந்தேன். தாமதம் காலத்த கடத்தல. காலமே என்னை தாமதமாக்கியது. அந்தத் தாமதமும் அவளின் புதுப்புது இழப்புகளும் எனக்க வெளங்காத அவசரமும்னு பெட்டிக்குள்ளயே 'நான்'. அவளோ கிளைக்கு கிளை தாவி எனட்ட பேசுவது போலவே வெவ்வேறு பழுப்பு நிறப் பெட்டிகளோடு பேசீட்டு திரிஞ்சா. அதுமட்டும் நியாயமா? நானும் அப்பப்ப இவா எனட்ட பகிர்ந்த கதையெல்லாம்

இன்னொருத்தருட்ட சொல்லாளேணு கொறஞ்சது கிண்டவாவது செய்யணும்னு அந்த இன்னொருத்தருக்க கொரல கேக்க அடிக்கடி மொயற்சி பண்ணேன். பலனில்லை. இவா என்னை மாதிரியே பலத் திசுக்கள இப்டி சிறைபடுத்தி கிளைகள்ல வெச்சுருக்கணும். ஒவ்வொரு பெட்டீட்டயும் தனக்க இழப்புகள பகிர்ந்துக்கதயே தனக்க வேலையா பண்ணீருக்கணும். என்னை அவ கொல்லாததால நா தேர்ந்தெடுக்கப்பட்ட திசுனு எண்ணுனா இவா என்னை அவ பொழுதுபோக்குக்கு சிறைபிடிச்சிருக்கா. சொன்னதையே தான் சொல்லா. எப்பவும் ஏதாவது மரணக்கதை இல்லாட்டி வீழ்ந்த கதை. மூறி மரத்துக்க புதிரும் அவளும் ஒண்ணுன்னே நா நெனைக்கவும் எனக்கு அவள பழிவாங்க தோணீட்டு. எல்லோருக்க கஷ்ட நஷ்டத்தை பேசதுக்கா நா இங்க இருக்கேன். ஒங்க பாரத்த எனட்ட எறக்குனா ஒங்களுக்கு கெடைக்கதெல்லாம் சாதாரண நடுக்கமே. இதுக்க மேலயும் யாரையும் நா கடவுளாக்க மாட்டேன். நா எனக்க இன்குபேட்ருக்கே திரும்புவேன். ஒண்ணு மட்டும் நிச்சயம் நா தப்புனா திரும்ப வருவேன் வந்து எல்லாரையும் கொண்டு போவேன். எனக்கு கெடச்ச தண்டனைய ஒங்களுக்கும் அவளுக்கும் அனுபவிக்கத் தருவேன். விடமாட்டேன் விடவேமாட்டேனு கோவத்துல துடிச்சேன். காலாவதி தேதில அவளோட கதைகள் மாதிரியே எம்மேலு எரிஞ்சி, சதைஞ்சி, முங்கி, கரண்டடிபட்டுக் கரிஞ்சி அவளுக்க யாக்கொட்டி ஆசையா சொன்ன தகவல்களால மென்மேலும் சீற்றமடைஞ்சி கடைசிய இறுதியா தெரியலையா ஆவச்சுல பெட்டி மெதந்துது. தாக்குதல் தொடுத்து வெளியேறல அவ என்னை தொரத்தியுட்டுட்டானு இப்போ தா வெளங்குவ். அவமானம் தானே இது? என்னவொரு ஜோடி மரமும் குரோமியும். எங்க முதல்எதிரி குரோமிகள் தான். அவளும் எங்க முதல்எதிரியே. ஆகவே அவளும் குரோமியே. மூறி மரத்துக்கு அவ ஈந்தது சக்தி. மூறி மரமோ அவள் சக்திக்காக ஈந்த அடைக்கலம். ஒருவேளை திசுக்களை கனிகளா துரத்தியுடனால அதை மரம்னு சொல்லாவளோ? எம் புத்தி எங்கோடி மாறதுக்கு. நானும் போராட்ட குணம் கொண்ட திசு தானே. பெட்டி மெதக்கும்போ என் பங்குக்கு கடைசிய இறுதியா தெரியலையின் சீற்றம் தந்த அழுத்தத்துல என்னை அறியாம என்னையவே கிண்டுனேன். என்னால கிண்டதுக்கு நெருக்கமானது ‘நான்’ தானே. எதன் மேலயும் எதையும் அடுக்கல எதுக்குள்ள எதுவும்

விழல. இதயம் துடிக்கும் கணத்துல என் உற்பத்தி ஞாபகம் திரைச்சீலை விரிவதாக விரிஞ்சுது. கிண்ட தூண்டுனது அவளும் மூறி மரமுமே. திசுக்கள் அங்க சிறைவாசத்துல வாடுதுங்களா இல்லையானு துளியும் யோசிக்காம அவசரப்பட்டு வந்ததுக்கு மன்னிப்பே கெடையாது. என்னை வெளிய எடுத்து ஒருக்காவாது சுத்தி காட்டுனு வேண்டுனது எதுவும் அவளுக்கு கேக்கல. என் எத்தனிப்புக்கு எதுவும் ஒதவாதப்போ என்னையே நா கடுமையாக்கி எனக்கு இட்ட வேலைய நா செஞ்சாகணுமே. பின்விளைவுகள அவளும் மூறியும் அனுபவிப்பாவேனு சபிச்சேன். திரை முழுசா விரிஞ்சி கறுப்பு நிற வெளிச்சமே என்னை அதுக்க நடுவுல நிறுத்தி அப்படியே பொதுஞ்சி குப்பைத் தொட்டியில் காகிதத்த கசக்கி எறியது மாதிரியும் அங்கிருந்து பழுத்து விழுவதாட்டும் வெளியேத்துச்சு.

05

மழை பெய்வது ஓய்ஞ்சிருந்துது. பச்சை கலந்த மயில் தோகை நிறம் ரோட்டுலயும் அவன் மேலயும் பதிய கெழவன் குரோமிகளுக்கு இடைஞ்சல் தராத வண்ணம் ரோட்டோரமா நிப்பான். முழுவதுமா எனக்கு பித்தம் தணியல. தொழியில் அசுத்தமானதுக்கான எவ்வித தடயமும் இன்குபேட்டர்ல இல்ல. கத்தரிக்கோல் ஏற்படுத்திய துளையும் ஏன் ஒரு சின்னக் கீறலும் பைபர் மூடில இருக்கல. கெழவன் பழுது பார்த்து கழுவி தொடச்சிருப்பானோ? நடைமுறை சாத்தியக்கூறு அதுவொண்ணு தான். யாரு கண்டா? எனக்கு நடந்ததெல்லாம் கெழவனுக்கும் நேர்ந்திருக்கலாமே. படைக்கும்போதே புன்னகையால படைச்சதாட்டு கெழவன் புன்னகைச்சுட்டே நிக்கான். அவன் என்னை பாத்ததும் சந்தோஷத்துல புன்னகைக்கல. பொதுவா எல்லாத்தையும் புன்னகைச்சுட்டே அணுகுனான். என் பித்தம் தெளிய வரவும் அவனுக்க பழைய உறுதியான உருவத்துக்கும் இப்போ உள்ள உருவத்துக்கும்மான வேறுபாட்ட கணிக்க சுலபமாயிருந்துது. அதுக்கெடைல எவ்வளவு மாற்றங்கள். சுருக்கம் விழுந்த நீள்வளைவு தொப்பை. ஓட்டைல குண்டி ஓரசும் பொத்தல் சாரம். ஒடுங்குன மூஞ்சி. நெத்திக்கு கீழ நாசியெலும்புக்கும் கண்ணுக்குமான கூடுதல் அகலம். சுருட்டி ஒட்டி வெச்சது மாதிரி கண்ணிமை. காய்ஞ்சு வெடிச்ச சுண்டு. சுண்டோரத்துல ஒழுகும் சளுவ. சாந்து பூசி அடச்சிருந்த செவிகள். கைல தோண்டி. தோண்டில அரைக்கிலோ சீனியும் தேயிலையும். அதோட கூடுதலா எடத்தடச்ச ஒரு மரச்சட்ட ஓவியமும். சந்தேகமே வேண்டாம் கண்டிப்பா ஆள்மாறாட்டமே தான். வேற வார்த்தைகள்ல சொல்லணும்னா இதுவொரு பொம்மலாட்டம். இங்க பொம்மலாட்டக்காரனுமே ஒரு பொம்மையாயிட்டானு பார்வையாளரான எனக்கு தெரியப்படுத்தீட்டு அவ்வாறு எனக்கு தெரியவந்ததும் என்னையும் ஒரு பொம்மையாக்குனது தான் குழப்பத்தின் உச்சம். பங்கு கேட்கும் அவளோட சிறு

பிள்ளைத்தனமான வேலையோனு சந்தேகம் வலுத்துது. எதுவானாலும் கீழ்த்தரமான தாக்குதலாவே இந்நிலைய நா கருதுனேன். எங்கேயாவது சிறு துப்பு கெடைக்காமலா போயிரும். கெழவனுவளும் அவனூளுக்க ஒத்தத் தன்மையும். இவன் நம்ம கெழவன் இல்லேனா அப்போ இவன் குரோமியா? இருக்காதுனு என்னால அடிச்சு நிரூபிக்க முடியும். இவன் *UBE3A* மரபணு சேதமடஞ்சியிருந்துது. கையிலிருக்க தோண்டிய பாத்து கெழவன்ட அது என்னத்துக்கு ஓய்னு கேக்கேன் கெழவன் ஒண்ணும் சொல்லாமில்ல. புன்னகைச்சுட்டே ஓவியத்தையும் தோண்டியையும் தூக்கி தலையை முன்னையும் பின்னேயும் முட்டி ஆடுனான். சமாதானம்! சமாதானம்! சமாதானம்! சமாதானம்! இதுதான் எனக்கும் கேட்டுது. அவனுக்க கைவெரல்கள் வீங்கியிருந்துது. என்னை நோக்கி குதிச்சு வந்து வாஞ்சையா ஓவித்த காணிச்சான்.

வித்தியாசப்பட்ட மனுஷங்களும் குரோமிகளும் அது எந்த பாலினமானாலும் உள்ளூறுப்புகள் ரீதியா ஏதேசம் இரண்டும் ஒரே உள்ளீடு கொண்ட அற்பப் பதர்கள். அதேபோல் வெளியுருவ அமைப்புலயும் கிட்டத்தட்ட நூற்றுக்கு எழுபத்தி ஏழு சதவீதம் ஒற்றுமைய கொண்டிருந்தாலும் வித்தியாசப்பட்ட மனுஷங்கள விட குரோமிகளிடையே பல வகைமாதிரிகள் இருக்கு. அதுல சகிக்கமட்டாத ஒரு வகைமாதிரி தான் குரோமி கெழவனுவ. குரோமி கெழவனுவ அதிகமா வாழ்ரது ஊக்குக்கும் பத்தாது உடுப்புக்கும் பத்தாது. ஏன் தெரியுமா? குரோமி கெழவனுவ தன்னை மாத்திக்க மாட்டேங்கானுவ. அவனுவளுக்க பார்வைல ஏளனம் மெதக்குது. விரல் அசைவுல பல்லாயிரக் கணக்கானோருக்க தலைவிதி மாறுது. கண்டமேனிக்கா கையெழுத்த போட்டு பலமாவி இருக்கானுவ. அளவோடு கொடுப்பானுவ அளவுக்கதிகமா எடுப்பானுவ. ஒதுக்குவானுவ. பாய்வானுவ. குரோமி கெழவனுவள ரொம்பவே விழிப்புணர்வோடி கையாளணும். ஓவியத்த காட்டி நிக்கவனோ அப்டி அபாயகரமானவனில்ல. இவன் பாவம் ஒரு சாதுவான வித்தியாசப்பட்ட மனுஷ ரகம். இப்போ, நூறுநூறு பேரா குரோமி கெழவனுவள வட்டமா நெஞ்சு காலெல்லாம் கயிறால ரெத்தம் சொட்ட இறுக்கி கட்டி பெட்ரோல் குண்டுகள அவனூளுக்க தலைல எறிஞ்சா செஞ்ச கொடூரம் மனசுக்கு இனிமை தரும். இவனக் கொன்னாலோ அல்லாட்டி வதைச்சாலோ இவன் கரைவான். யார வதைச்சாலும் வதைபடவிய கரைவாவளேனு

வாதாடலாம். உண்மைக்கு புறம்பான இச்சிந்தனை என் திசுவை விட்டு அகலுவதாக. இவன வதைச்சாலோ ஆக்கிரமிப்பாளனே பாவத்தை கழுவணும். பாவத்துக்கும் அவன் சிமெண்ட் பூசுன காதுக்கும் எவன் யாருன்னாலும் உரத்தே தான் கத்தணும். அப்பவும் செவிக்கு எதுவும் ஏறாது. ஏன்னா இவன் பதினைஞ்சு வயசு கெழவனப்பா! சமாதானம்! சமாதானம்! சமாதானம்! சமாதானம்! இது பதினைஞ்சு வயசுக் கெழவனுக்க மொழி. சுத்த பைத்தியக்காரத்தனமா ஒலிக்கும் சமாதானம்ங்கது அவன் வாயிலேர்ந்து சும்மாவொண்ணும் வரல. ஊருக்கு கேட்காத மணியோசை மணிக்குள்ளயே ஒலிப்பதை போல நா அவன்ட பேசச்சில மறுபதிலா எனக்குள்ள எனக்கே ஒலிக்குவ். அகிம்சைக்கு பொறந்த சமாதானத்த நா எங்கோடி கையாண்டுருப்பேன். தண்ணி வேணுமா? சமாதானம்! பசிக்குவா? சமாதானம்! தூங்கலியா மக்களே? சமாதானம்! சீக்கிரத்திலயே சமாதானம்ங்க வார்த்தை கடலை முட்டாயயும் குறிக்கலாம். போர்கள பத்தி நொந்தது போதும். சமாதானத்த சந்தேகிக்கணும். ஹா...அந்த ரெண்டு ரூவா நாணயம்! பதினைஞ்சு வயசுக் கெழவன் மிதமிஞ்சி சமாதானத்த விரும்பானேனு ஓவியத்த பார்த்தேன். அதுவொரு மொசைக் ஓவியம். பச்சை மயில் தோகை நெறம் அதுக்க மேல பரவி அதுக்க நெறக்கள செக்குல ஆட்டுன எண்ணெயாட்டு பளீருனு ஆக்கியிருந்துது. நடுவுல சைடுலேனு பேப்பரோடி வண்ணங்கள் தொட்டா உதிந்துரும் அதரப் பழசான ஓவியத்த பாத்த உடனேயே எனக்கு நினைவுக் கூரத்தக்கதாயிருந்துது.

ஓவியம் நாலு கட்டங்கள்ல ஒரு குரோமி மற்றும் குழந்தை குரோமியோடு கறுத்த, வித்தியாசப்பட்ட மனுஷனுக்க பயணத்தை குறிக்குது. பிணங்கள் நெறஞ்ச இரண்டு நியான் நிறங்களால் பிரிக்கப்பட்ட சதுப்பு நெலம். அடுத்த கட்டத்துல உஷ்ணக் குறியீட்டோடி மேடு. அதுக்குமேல இருபுறமும் ஜீவாலை கொப்பளிக்கும் பாதை. பாதையத் தாண்டி அடுத்த கட்டதுல பதுங்குக் குழியில் ராணுவ குரோமிகளும் வித்தியாசப்பட்ட மனுஷங்களும் கைகாட்ட, அந்தக் கறுத்த வித்தியாசப்பட்ட மனுஷன் கொழந்தை குரோமியை பதுங்கு குழியின் முடிவில் நெடுந்தொலைவுக்கு நிற்கும் குரோமியிடம் கொழந்தை குரோமியை ஒப்படைக்க தயாராகுறான். குரோமியும் பிள்ளை குரோமியை வாங்கதுக்கு ரெண்டு கையயும் நீட்டுறா. தூக்கிவாரி போட்டுட்டு. பீதில லேய்னு கத்தேன் சமாதானம்னு கேட்டுது.

ஓ சதிச்சிட்டீய தானேனு அலறுனேன். சமாதானம்னு கேட்டுது. பதினைஞ்சு வயசுக் கெழவன் குத்தவெச்சி இன்குபேட்டருக்கு நேரா வெகுளித்தனமா புன்னகைச்சான். அவன் முகத்தசைக்க இளி அவன் உணர்வுகளுக்கு தடை போடுவது போலிருந்துது. தோண்டிக்க அடியில கெடந்த சில்லறை ரெண்டு ரூவா நாணயத்தால ஓவியத்த சொரண்டுனான். பொளபொளனு சாயங்கள் கடினப்பட்ட பேப்பரோடி உதிர கட்டுப்படுத்த முடியாம வேண்டாம் அப்டி செய்யாதேன்னேன். மறுபடியும் சமாதானம்னு கேட்டுது. நா வேண்டானு ஏன் கத்துனேன்? ஒரு தூண்டல். தூண்டலுக்கேற்ற வினையா ஓவியத்த கிண்டுனேன். பயனில்லை. நா கிண்டுன விசை என்னையே இடிக்க எனக்கு மூளைனு ஒண்ணு இருந்துனா அது கலங்கீருக்கும். சமாதானம்! சமாதானம்! சமாதானம்! சமாதானம்! நா மறையல. வஞ்சகத்தால இன்குபேட்டரோடு பம்பரமா சுழன்டேன். பதினைஞ்சு வயசுக் கெழவன் ஓவித்த நாசமாக்கி குப்பையோடு குப்பையா எறிஞ்சிட்டானே. இந்தப் பரதேசிக்கு, பதில்தேடி வலையை வீசறதுல என்ன சுகமிருக்கோ அதே சுகம் கைப்பத்துறதிலையும் கெடைக்கீ. மின்விசிறியாக சுழன்றபடி பதற்றமடையாது நிலமைய ஆழமா உள்வாங்கி தகவல்கள ஒருங்கமைச்சு கருத்தா யோசிச்சேன். அதாவது, மூறி மரத்துலயிருந்தவா என்னை விடிவிச்ச பொறவு இப்போ கிண்டி விசையால தள்ளப்பட்டு நா கைப்பற்றுனது யாரை? என்னையத் தானே. அவன் ஓவியத்த தூர வீசி கைபற்றுனதும் என்னையவே. அப்படியிருக்க மொத்தத்துல 'நான்' இன்னும் தோற்கலியே. அதுதானே இங்க முக்கியம். தோல்விய விட தோல்வி பயம் தான் குரோமிகள தோற்கடிக்கும். நா குரோமி போலயோ வித்தியாசப்பட்ட மனுஷங்க போலயோ செயல்படக்கூடாது. தற்காலிகமான ஒரு உன்னதத் தணிவு எனக்கு கிட்டியது. ஆனாலும் இந்த ரெண்டும் கெட்டான் சிக்கலின் சூழ்நிலை பரிசக்கொம்புகள் என் திசுவின் எண்ணவோட்டத்த விட்டபாடில்ல. முள்ளங்கி பூக்கள் ரோட்டோரமா வரிசையா நஞ்சூறும் செவப்புல இதழ்கள் திறக்கவிருக்குது. அதன்மீது மயில்தோகை நியான் நிறம் படுது. இழப்புகளோடு- நான் சொல்லுறது சரின்னா- தன் பங்குக்காக அடம்புடிக்கும் குரோமியொருத்தி காத்திருந்தா அவள மட்டுந்தான் அரைகொறையா பாத்திருக்கேன். முழுசா அது ஒருமுழுசா இல்ல ரெண்டுமுழுசான வித்தியாசப்பட்ட கெழவனுவள கண்டிருக்கேன். அப்புறம் இந்த முள்ளங்கி

பூக்களும் என்னை அடையதுக்கு இதழ்களை திறந்து பூக்கவும் சுழன்ட இன்குபேட்டர அவசரகால ஒடஞ்ச துடுப்பா சுதாரிச்சு ஓட்டி சுத்துவத நிப்பாட்டுனேன். இன்குபேட்டர் பம்பரமா சுத்துரத நிப்பாட்டலேனா முள்ளங்கி பூக்களுக்கு நா தீனியாகிருப்பேன். ‘நான்’ என்னை இழக்குறேனானு யாராவது சோதிக்குறாங்களோ? அதிர்ஷ்டவசமா முள்ளங்கி பூக்கள்ட்டேர்ந்து பொழச்சது கொள்ளாம். தர்ம காரியமா தனிச்சையா முள்ளங்கி பூ தோன்றுன வினை. வெசத்துல விழுந்தவனுவ குரோமிய. இந்த முள்ளங்கி பூக்கள் அவளோட அபூர்வ நீக்கம்பு. குரோமிகளும் நீக்கம்பே. எனக்கு யாரோடையும் வேறு பழக்கமுமில்ல. சுமூகமா பழிக்குப்பழி பழகுவது எல்லை மீறுன ஆசையாச்சே. குரோமிகளுக்கும், வித்தியாசப்பட்ட மனுஷங்களுக்கும் போதிய கொழப்பங்கள் கெடையாது. இது குழப்பங்களின் உலகந்தான் ஆனாலும் குழப்பங்களுக்க இடைலயும் புகுந்துப் புகுந்து போக கத்துகிட்டதால குழப்பங்கள் பத்தமாட்டேங்குது. குழப்பங்கள் தங்களைத் தாங்களே பலுகிப்பெருகி அதிகரிச்சுக்காததால குழப்பங்களும் கழியுது. தப்பீட்டா கொள்ளாம்னு குரோமிகளும் வித்தியாசப்பட்ட மனுஷங்களும் மாட்டுறது என்போன்றோருட்ட. பதினைஞ்சு வயசுக் கெழவன் இளிக்க இளில அப்டி என்ன உயர்வான பிரயோஜனமோ விசைகளுக்கே இருள். எனக்க பைபர்மூடி மேல் ஏறியெல்லாம் உக்காரான். ஆன்டெனாவ தொடான். நிக்கான். துள்ளான். வலிப்பு வந்ததாட்டு உம் உம்முங்கான். நா யாருட்ட போவேன்? நானா இவனுக்கு துணை? எனக்கு ஏன் இந்த அசைன்மென்டு? இவன் அந்தக் கொழந்தை குரோமியோ? கொழந்தை குரோமி தான் ரெண்டு ரூவா நாணயம் சொரண்டியதுல அழிஞ்சுட்டே. அப்போ அது கனவா? கனுவு காணதுக்கு நா என்ன வித்தியாசப்பட்ட மனுஷனா? குரோமியா? இல்லயில்ல இது என்னை போன்றவங்க புகுந்து புகுந்து போவதுக்காக கட்டமைச்ச வெறும் தந்திரம். ஒரு போலி புதிர் பெட்டி! அவ்வளவு தான். இதுக்குமேல இதைப்பத்தி யோசிச்சா எனக்கு குழப்பம் தான் மிஞ்சும். சமாதானத்துடன் சமாதானப்பட்டு பதினைஞ்சு வயசுக் கெழவனுடன் போனேன். என் ஆஃப்ஷன்ஸ் எங்கடேனு என் ஆல்பாட்ட போய் எப்படி கேக்கதுக்கு?

பால் வெண்மையா ஒளிர்ந்த குளத்துல கைகால் நனச்சு ஆவ் ஈவ்னு தண்ணீல எறங்கி பதினைஞ்சு வயசுக் கெழவன்

உற்சாகமா நீராடுனான். அவன் செவிய அடைத்த சாந்து மேலும் இறுகியது. ஈரமாவி இறுகச்சில செவி வலிச்சு ஓவ் ஓவ்வுனான். இருப்பது ஒத்த சாரம் அதுவும் ஈரமாயிட்டு. பாவமில்லையானு எனக்கு தோணவும் நா அதபத்தி பெருசா யோசிக்கத தவிர்க்க நெறங்களின் ஆசிட்ட நெனச்சேன். நிறங்களோட ஆசிட் நிலத்தையும் வானத்தையும் வண்ணங்களால் பிரிப்பதே விந்தை தான். இதுதான் குழப்ப நிம்மதியோ? இசையை போன்றே வெவ்வேறு அளவு நிற வெளிச்சங்கள். மஞ்சளோ, மின்சார எலுமிச்சையோ, அடர் அப்சிந்தோ பொருட்களுக்குள்ளயும் ஊடுருவி தனக்கான எடத்துல மாறாம ஒளிருது. நெலத்த குரோமிகளும், வித்தியாசப்பட்ட மனுஷங்களும் எப்டி உழுவதுக்கு பண்படுத்தாவளோ நிறங்களோட ஆசிட்டும் அச்சுபிசகாம அதையே செய்யுதே. வானத்த பாத்தேன். தொலைவுல பாராபென் நிலா மீது பாசிப் பயிறு கணக்கா தோரியம் குண்டு மோதி தீப்பொறியையும் தூசியையும் உண்டாக்கி பேரழகாக்கிச்சு. பாக்கதுக்கு பேராச்சரியமாயிருந்து.

நரங்கி நரங்கி ரோஸ் நியான் வெளிச்சம் அப்புன ஜங்கஷனுக்கு நாங்க வந்தோம். பேருந்து, பைக்கு, ஆம்புலன்ஸ், பேப்பர் படகுனு மலச்சிக்கலுக்கு சர்வாதிகாரம் தான் தீர்வுனு வண்டிகளை ஓரங்கட்டி குரோமிகளும் வித்தியாசப்பட்ட மனுஷங்களும் நிப்பாட்டியிருந்தானுவ. ஒரு டூவீலர்கார குரோமி கார்கார குரோமிய இடிக்க போறான். இடிப்பான்னு பாத்தா இடிக்க மாட்டேங்கான். ஆனா விரைவிலேயே இடிப்பான். இடிச்சிருக்கான். பதினைஞ்சு வயசுக் கெழவனுட்ட நா பரிவு காட்டேனோனு பயந்தேன். அவன் செய்யது எல்லாம் எனக்கொரு கனவிருக்கு நண்பனே எனக்கொரு கனவிருக்கு நண்பனேனு சொல்லது போலயே இருக்கதுனாலயோ? உண்மையென்னேனா பதினைஞ்சு வயசுக் கெழவன கிண்டுவதற்கான தேவையே வாய்க்கல. விசை எங்கள ஏற்கனவே பொருத்தியிருந்துது. அழகான அதிர்வு என் திசுவுடலெங்கும் சுற்றி இனிமையான புரிதல் கணிசமா விசை அலைகளை உண்டு பண்ணி நாங்க உணராமலேயே எங்களுக்குள்ள அது நடந்துவிட்டிருந்துது. அன்பை பற்றிய என்னுடைய பயமே மறுதலிப்புக் குரலாக, மாற்றத்தை எதிர்க்கும் கேள்விகளாக பதினைஞ்சு வயசுக் கெழவனுடன் நா பயணிக்கையில் மேலோங்கியது. அவனை வெறுக்கதாட்டு பாசாங்கு பண்ணாலும் எனக்கவனை புடிச்சிருந்துச்சி.

ஜங்ஷன்ல ஒருவரையொருவர் பிதுக்கி தள்ளீட்டு ஒதுங்கி நிக்குற அத்தன குரோமிகள் மற்றும் வித்தியாசப்பட்ட மனுஷங்களுக்கயும் அதே முகத்தில் ஒரே ஆவலையும் எதிர்பார்ப்பையும் கண்டேன். நிலாவுல நிகழத விட கீழ காணதுக்கு விறுவிறுப்பாயிருக்குதே. பேரிகை கொட்ட ரோடோட வளைவ கடந்து ஊர்வலம் நாங்க நிற்கும் ஜங்ஷனை நோக்கி வருவதைக் கண்டேன். ஆரஞ்சு வண்ணக் கொடிகள் ஏந்தி குரோமிகள் ரதத்துல ஊர்வலம் வரானுவளாம்னு தெரிஞ்சுகிட்டேன். தெறந்த வீதில ஆர்ப்பாட்டமா போனானுவ. பதினைஞ்சு வயசுக் கெழவன் போறவாறவனுவளூட்ட ஒரே டாட்டா காட்டல். குரோமிங்க அவனுக்க சொக்காரனுவேனு நெனச்சு செய்யானோ? டாட்டா காட்டத நா ரசிச்சாலும் அப்பப்ப வந்த சமாதானம் எரிச்சலை கௌப்பவும் தவறல. அளவுக்கதிகமா கூட்டம் மொய்க்கவும் நெரிசலில் குரோமிகளும் வித்தியாசப்பட்ட மனுஷங்களும் தங்களுக்கு தொந்தரவு தருவதாக பதினைஞ்சு வயசுக் கெழவனை மாறிப்போகுமாறு அம்மிக்கல்லும் பீரோவும் வெடிகுண்டுனு வசைமாரி பொழிஞ்சானுவ. ஊர்வலத்தில் நடைபோடும் குரோமிகள் வெள்ளை சட்டை, கறுப்பு குல்லாய், காக்கி நிக்கரோடு ஜோரா நெஞ்ச நிமித்தி நடைபோட்டானுவ. நாவொரு காக்கி நிக்கர் குரோமிய கிண்டி அவன் வீட்டுல கிடக்கும் அனுமதி மறுத்த வெட்டோத்தியையும், பட்டாக்கத்தியையும் பரிசோதிக்கலாம். சிறிய ரக ராக்கெட் லாஞ்சர் கெடச்சாலும் ஆச்சரியப்படதுக்கில்ல. சும்மா பேச்சுக்கு வீறாப்பாக சொன்னாலும் எனக்கு பதினைஞ்சு வயசுக் கெழவன பிரியதுக்கு கஷ்டமாயிருக்கும்கத ஒத்துகிட்டே ஆவணும். பிரிவின் மென்சோகம் எனக்குள் எவ்வாறு குடிகொண்டது? மூறி மரத்துல பாதுகாப்பா வாழலாமே இவன்னு பாதுகாப்பு பற்றிய வரம்பு மீறுன யோசனையும் என்னை வியப்பில் ஆழ்த்தியது. ஏன் பதினைஞ்சு வயசுக் கெழவன யாரும் ஏத்துக்க மாட்டேங்காங்க? உள்ளூற அவன் செய்யத ரசிச்சாலும் பிரிவு நிச்சயமா என்னை நோகவே செய்யும். பதினைஞ்சு வயசுக் கெழவன் ஆரஞ்சு கொடிகள் ஏந்தி வந்த குரோமிகளுக்கு இடைவிடாம டாட்டா காட்டுனான். அழிவ காட்டிலும் இவன் அழகாயிருக்கானேனு ஆபத்த மறந்து அவன் டாட்டாக்களை ரசிப்பதில் ஈடுபட்டேன். ஜந்துக்களே உங்களுக்கு ஒணர்வில்லையானு ஒருத்தன் சத்தம் போட்டான். நானும் நம்பல சமாதானம் சமாதானம்னு கேட்பது என்னடா

ஜந்துக்களே ஓங்களுக்கு ஓணர்வில்லையானு ஒலிக்குதேனு பாத்தா ஊர்வலத்துக்க மத்தில கோபாவேசத்துக்க கொந்தளிப்பு முற்ற ரதத்துல நின்னு எதுக்காகவோ காக்கி நிக்கர் குரோமி உணர்ச்சிவசப்பட்டு கத்தான். கருணையின் வடிவே இறைவானு அங்க சொல்லீட்டு இங்க வந்து ஜந்துக்களே ஓங்களுக்கு ஓணர்வில்லையாங்கானே. பதினைஞ்சு வயசுக் கெழவனோ ஆவேசம் பொங்க கத்துன அவனுக்கும் ஆவ் ஆவ்னு டாட்டா காட்டுனான். எனக்கு சிரிப்படக்க முடியல. நாலஞ்சு காக்கி நிக்கர் குரோமிங்க ஊர்வலத்துலேர்ந்து வெளிப்பட்டு குண்டு கட்டா கூட்டத்திலேர்ந்து அவன தூரத்தூக்கி கொண்டு போட்டானுவ. தேவைதான் தேவைதான்னு ஊர்வலத்தை காண வந்த வித்தியாசப்பட்ட மனுஷங்களும் குரோமிகளும் கஞ்சி தொட்டியும் கருப்பட்டியும் நீயேனு அதை ஆமோதிச்சானுவ. அப்போதும் வேடிக்கையாவே இதெல்லாத்தையும் கவனிச்சேன். ஆபத்து நேரும் சாத்தியப்பாடுகள் இத்தனைக்கும் கம்மி. நா மாற்றமடைஞ்சதால என்னால ஆபத்தை ஒணர முடியலையோ?

போக்குவரத்து இருமடங்காகியிருந்துது. ஈரமாயிருந்த சாரம் நல்லாவே அழுக்காவ அதத் துடைக்காம பதினைஞ்சு வயசுக் கெழவன் என்னையத் தேடுனான். நானும் கிட்ட தானே உண்டு எனக்க இன்குபேட்டர தடவி மும் மும்முனு தொத்தி எழும்புனான். வெச்சிருந்த தோண்டி கிழிஞ்சிட்டு. அது மீன் வாங்கதுக்குக்கூட உதவாது. அதுக்கக் கைப்பிடியை பிடிச்சான்னா கனத்துல சீனியும் தேயிலையும் விழுந்துரும். அழகா மடியோட தோண்டியையும் பொத்தி அங்கிருந்து நவுந்து ரோஸ் நியான் நிறமடிச்ச பக்கத்து தெருக்கிட்டயே உள்ள காப்பி கடைக்கு போனோம். கொண்டு வந்திட்டியா ராசா இங்கதானு சீனியையும் தேயிலையையும் வாங்குன கடைக்கார குரோமி, பைசாவக் கொண்டு போவானோனு நெனச்சேன் நல்ல பய கரெக்டா வாங்கி மீதி சில்லறையும் கொண்டு வந்துட்டியேனான். பதினைஞ்சு வயசுக் கெழவன் உவ் உவ்னு எதையோ கேட்டான். சீனியையும் தேயிலையயும் வாங்கி வந்ததுக்கு சம்பளம் கேக்கானோ? குரோமி ஒரு வடைய கொடுத்தான். பதினைஞ்சு வயசுக் கெழவன் வடைய வாங்கீட்டு மறுபடியும் கைய நீட்டுனான். டீ குடிக்கியா? னு கேட்டதுக்கு வேண்டான்னு மறுக்கது போல உம் உம்னான். கேடுகெட்ட வக்கிரம் புடிச்ச கடைக்கார குரோமியோ மொதல்ல நீ நாயி போல கொலன்னான். எனக்கு சுருக்குனு ஏறிச்சு.

பைசாவ குடு இல்ல என்னத்த சொன்னியோ அதச் செய்னு கண்டிச்சேன். நா கண்டிச்சதுல முக்கால்வாசி எவுனுக்கும் கேக்கல. மத்தவனோ உவ்வ உவ்வனான். சாய போடுடேனு வேற குரோமிமாருவ கடைக்கு வந்தானுவ. மாறி நில்லுலேனு இவனக் கண்டு ஒரு குரோமி திமிரா சொன்னான். அவனோ பாவமா உவ்வ உவ்வ உவ்வனான். வா நாம போவோம் இவனுவ ஒண்ணும் செரியில்லேனேன். ஆத்துரத்துல இன்குபேட்டர ஒதச்சான். ஒதச்ச வேகத்துல பின்னாடி கரண்ட் போஸ்ட்டுக்க அடில உறங்கிய நாயை மோதி இழுத்த ரப்பர் பேண்ட்டாக அவனுட்டயே திரும்பி வந்தேன். எனக்க திசு உடம்பு ஆட்டங்கண்டுட்டு. யான்டே என்ன சவுட்டானு எனக்கு கடுப்பாயிட்டு. நா இருக்கையிலிருந்து திரும்பீட்டேன். மோதுனதுல நாய் விழிச்சி நடுக்கத்துல எழும்பதுக்கே சிரமப்பட்டு எழும்பிச்சு. சோம்பல் முறித்துக் கொட்டாவி விட்டு பின்னங்கால்கள இழுத்து வால ஆட்டி அவன்கிட்ட போச்சு. அவனோ அவனுக்க புன்னகைலயும் ஆத்திரத்த உவ்வ உவ்வனு வெளிப்படுத்தி வியாபாரத்துக்கு இடையூறா நிக்கான். குரோமி எளக்காரமா ஓ ஓனக்கு பால் சர்பத்து வேணுமோ? பூஸ்ட் போடணுமானு கேக்கச்சில நாயி உறுமிச்சு. நா முன்ன இழுக்கப்பட்டேன். பதினைஞ்சு வயசுக் கெழவன் வடைய நாய்க்கு எறிஞ்சான். வாலாட்டிட்டே நாயி வடைய ஒரே அமுக்கா விழுங்க, பதினைஞ்சு வயசுக் கெழவன் கடையேறி பாய்லர தட்டி விட்டான். படக்குனு சாரத்த ஒயத்தியும் தாத்தவும் செஞ்சான். கடைக்கு வந்த குரோமிகளும், இவன குண்டுகட்டா போட்டு ஊர்வலத்துல ஒதுக்கி மாத்துன காக்கி நிக்கர் குரோமிகளும் பரபரக்க கூடிட்டானுவ. நா பதினைஞ்சு வயசுக் கெழவன் பின்னாடி ஆனதால எனக்கு ஒண்ணும் தெரியல. பதினைஞ்சு வயசுக் கெழவனுக்க ஆணுறுப்பால ஆத்திரமாயிட்டானுவளோணு தான் மொதல்ல நெனச்சது. சாரத்தையோ பாவடையயோ ஒயத்தது அவமானத்துக்க குறியீடு. பாஷை புரியாத ஒரு அப்புராணியை சாரத்த ஒயத்துனதுக்காக அடிக்கணும்னு அவசிமில்ல. சொல்லீருப்பேனே குரோமிங்க மோசமானவனுவேன்னு தனக்க தனிப்பட்ட கோவத்த தீக்கதுக்கு களமெறங்கிட்டானுவ. கண்ணிமைக்கதுக்குள்ள கூடுன கும்பல் பதினைஞ்சு வயசுக் கெழவன மொரட்டுத்தனமா தாக்கத் தொடங்கீட்டு. கல்லெடுத்து அவனுக்க இளிய பேத்தானுவ. வலியை வெளிக்கு காட்டாது இவ்வுனு பதினைஞ்சு வயசுக்

கெழவன் தடுக்கி விழுந்தது குரோமி கும்பலுக்கு மேலும் ஆத்திரத்த மூட்டீட்டு. லே லே சும்மா இருங்கல பாவம்லேனு அவனுக்காக சத்தம் போட்டேன். குப்புற விழுந்து துடிச்சவனுக்க மண்டைல ஒரு காக்கி நிக்கர் குரோமி ஓங்கி சவுட்டுனான். மத்த குரோமிகளும், வித்தியாசப்பட்ட மனுஷங்களும் கூடுவதை கண்டதும் கேஸ் ஆகிரும்னு காப்பி கடைக்கார குரோமி நைசா எடத்த விட்டு நவுண்டுட்டான். நழுவி போன குரோமி தான் காப்பி கடைக்க மகத்துவத்த பத்தி பேசவன். மத்த குரோமி கும்பல்களோ வித்தியாசப்பட்ட மனுஷங்களோ காப்பி கடைல நேரமற்ற நேரத்துக்கு நாப்பது அம்பது நம்மாட்டி மாட்டி காப்பி குடிக்க வரும் வாடிக்கையாளருக்க மகத்துவத்த பத்தி சிலாகிச்சு பேசுறவனுவ. சீ கறிவேப்பிலைங்க! தனித்தனியா இவனுவ ஒண்ணுமில்லாதவனுவ. பதினைஞ்சு வயசுக் கெழவனுக்க மூக்கு தரையை இடிச்சி ரெத்தம் பாயுது. வடைய தின்னு தெம்பான நாயி அவன நையப்பொடைஞ்சிட்டுருந்த குரோமிகள பாத்து பாயதுக்கு பயந்து 'யா யா' னு கொலச்சுது. எழும்பு சீக்கிரம் ஓடி போயிருவோம்னு நா கத்துனேன். பதினைஞ்சு வயசுக் கெழவன் அனங்கல. சுருண்டவனுக்க கால மூணு காக்கி நிக்கர் குரோமிகள் இழுத்து கடைய விட்டு நீக்கி கரண்ட் கம்பங்கிட்ட நாய் படுத்த எடத்துல போட்டானுவ. வலீல சாக்குல நெளியது போலயே ஒருக்கா நெளிஞ்சான். கொஞ்ச நேரத்துலயே அசைவில்லாம சுருண்டே கெடந்துட்டான். கட்டய எடுத்து இன்னும் வெறி அடங்காது வந்த ஒல்லி குரோமி 'பாரத் மாதா கி ஜெய்' னு முழங்கி பொற மண்டைல ஒண்ணு போட்டான். மூச்சு அதோடி நின்னுட்டு. பதினைஞ்சு வயசுக் கெழவனுக்க காத அடச்சிருந்த சாந்து வழியாக ரெத்தம் ஊறிட்டுருந்து. என்னையும் அவனையும் கட்டுப்படுத்துன விசை தளர்ந்துது. விசை என்னிலிருந்து அவனை நிரந்தரமாக விடுவிச்சுது. பால் சர்பத்த குடிக்காமலேயே அவன் மரிச்சுட்டான். எதுக்காக ஒரு கொலை நடக்குதுனு புரியதுக்குள்ளயே எல்லாம் நடந்து முடிஞ்சுது.

எனக்கு ஆத்திரமாத்திரமா வந்துது. கும்பலாக் கூடி அசாதாரணமா பேச்சு மூச்சில்லாம ஒருத்தன அடிச்சு கொல்ல ஒங்களால முடியும்னா என்னாலயும் தனியாவே ஒங்கள தீர்த்து கட்ட முடியுமே. எடத்துக்காக எதுத்தாப்புல பூட்டுன தகரக்கடை முன்ன போனேன். லே நில்லுங்கல தைரியமிருந்தா வாங்கலேனு கலையும் கூட்டத்த பாத்து விளிச்சேன். நாய்

என்னை தொடர்ந்து மோந்துட்டே இதுல கைசேர்ந்துது. ஒல்லி குரோமி நா விளிக்கத கேட்டு என்னை கண்டுகிட்டான். அவனூளுக்குள்ள கலந்தாலோசிச்சானுவ. அரை செங்கல என்னை நோக்கி என்னை கண்ட ஒல்லி குரோமி எறிஞ்சான். நா கல்ல ஒரு கிண்டு கிண்டுனேன். கல்லு என்னை தாக்காம பொடிப்பொடியா தூளாயிட்டு. இதக் கண்டதும் மொத்த கும்பலும் கெடச்சத கொண்டு எறிய தொடங்கீட்டுனும். நாயோ இங்கோட்டும் அங்கோட்டும் தாவி ‘யாயா’ னு கொலச்சி தாக்குதல சமாளிச்சுது. ஒண்ணு ரெண்டு கற்கள, கட்டைகள கிண்டு கிண்டி பொடியாக்குனேன். அதுக்கப்புறம் எனக்க இன்குபேட்டர்ல அடிவிழுந்துது. குரோமி கும்பல் என்னை சூழவும் நா சக்திய ஒன்று திரட்டி நாய ஒரு கிண்டு கிண்டுனேன். இதுக்காகவே தயாரான நாயி தகரக் கடைக்கு பின்பக்கம் வழியா ஓடுன சாக்கைடல குதிச்சி என்னை இழுத்து கொண்டு போச்சி. கம்பத்துக்கடில தனியா பதினைஞ்சு வயசுக் கெழவன் அசைவில்லாம கெடந்தத கடைசியா பாத்தேன். சாரம் அவுந்த அப்பிரேதத்துக்க ஆண்குறிய நா காணவேயில்ல.

06

நா அமைதியா கடைகாரன் குரோமி பண்ணது மாதிரி நைசா எஸ்கேப் ஆக வேண்டியது. அவசரப் பட்டுட்டேனோனு தோணிச்சு. என்னேனாலும் இப்போ பயப்படாம பொறுமையா நெலமைய புரிஞ்சுக்கணும். நாம விழுந்தோம்னா தூக்கதுக்கு யாரும் வரமாட்டா. அதனால நாம தான் நம்மள பாத்துக்கணும். தயவு செஞ்சு பதறீரக்கூடாது. அழுகதுக்கும் துக்கபடதுக்கும் இடம் சாக்கடையில்ல. பொறுமை, நிதானம் இவை போதும் நாம பிழைக்கதுக்கு. ஒனக்க ஒணர்ச்சிகள கட்டுப்படுத்து. முடுஞ்ச வரைக்கும் அத யாருக்கும் காட்டாத. யாருட்டையும் பாசம் வைக்காத. அப்டி அமைதியாவே இரு இறுமாப்புல நடினு என்னை நானே தேற்றி வந்தபடி இருந்தேன். திசு முழுக்கவும் நடுக்கம். நாயிக்க மேலொடம்பு சாக்கடைல நனைஞ்சதால அழுக்காகியிருந்துது. இன்குபேட்டர்ல ஏகப்பட்ட அடி. நடந்ததெல்லாத்தையும் திரும்பவும் நினைவுபடுத்துனேன் எங்கோடி இச்சம்பவம் நடந்துனு யோசிச்சேன். முன்கூட்டியே முடிவு பண்ணீட்டானுவளோ? நாங்க வந்தது கொலைக்கு முத்தாய்ப்பா அமைஞ்சுதா? இதுவொரு குரோமிகளின் கெட்ட சொப்பனமாக இருக்கக்கூடாதா? எனக்கு எதுனால கொலை நடந்துனு புரிஞ்சுக்க முடியல. அதுவும் கள்ளங்கபடமற்ற பதினைஞ்சு வயசுக் கெழவன்....அந்த ரதம்...சரி இதுக்கெல்லாம் நா ஏன் பதற்றப்படணும்? அக்கறை கொள்ளணும்? ஒருவகைல எனக்கு விதிச்ச கடமைய நா நெறவேத்தீட்டேனே. கொழப்பத்தையும், மரணத்தையும் அதன் விளைவா கலவரத்தை தூண்டி விட்டாச்சு. அழிவின் வரவேற்பாளர் திசு தானே 'நான்'. ஒருவேளை நா பற்றுதலற்று இருந்துருக்கணுமோ? என்னேனாலும் என் பயணத்த நிறுத்தமாட்டேனே. நா போவேன். நா போயிட்டேயிருக்கணும். நா போனேன். என் விதி அது. நாயி வாடிபோயிருந்துது நா வாட்டத்துல நாறிப்போயிருந்தேன். மரணத்தால வரும் வாட்டமன்று. கொலைகளால வித்தியாசப்பட்ட மனுஷங்களும் குரோமிகளும்

எப்பவுமே திகிலடையதில்ல. யாராவது அகால மரணமடஞ்சா வருத்தப்படுவதாட்டு வெளிக்கு பாவனை செய்யானுவளே ஒழிய உள்ளுக்குள் மரணத்த மென்மேலும் சுவாரஸ்யமானதா எந்தெந்த முறைல மாத்தீருக்கலாம்னு தான் நெனைக்கானுவ. அத மனசுல ஓடவிட்டு செத்த பாம்ப கொல்லது மாதிரி திரும்பத்திரும்பக் மரணிச்சவங்கள கொல்லானுவ. அப்படியும் கொலைவெறி அடங்காமயிருக்கானுவ. என்னத்தான் நா அப்டி எல்லாம் இருக்காது இல்லேனு மறுத்தாலும் இதான் நிதர்சனம். கொலை குத்தத்துக்காக சிறைவாசம் அனுபவிக்கும் வித்தியாசப்பட்ட மனுஷங்களுக்கும் குரோமிகளுக்கும் வாழ்நாளுல சட்டம் ஒழுங்குக்கு குந்தகம் விளைவிக்காத வித்தியாசப்பட்ட மனுஷங்களுக்கும் குரோமிகளுக்கும் இம்மியும் வித்தியாசம் உண்டா என்ன? நா சொல்லது தப்புனா திரும்பி வா என் செல்ல மோனேனு ஏங்கிச் சாவதுலயும், நா ஒங்களுக்கு எச்சரிக்கைனு ரிமான்ட் ஆவதுலயும் எப்போவோ படிப்பினை கெடச்சிருக்கணுமே. வலுவுள்ளவனுக்கே வாழ்வு. கெடைக்கலைனா எடுத்துக்கணும். நா எடுக்கலைனா எவனும் எடுக்கப்பிடாது. திசுவாகிய என் தோற்றம் இவ்விடத்துல தான் தேவையா உருமாற்றமடையுது. போதும்னா போதுங்கது போதலைங்கதால (*Enough is Enough is not Enough*) நா வெறும் கருவி. ஆனா தள்ளைய ஓத்த புண்டைங்களா ஒங்கள நா சும்மா உடவே மாட்டேம்லேனு சபதம் எடுத்தேன். மொதல்ல இங்கிருந்து நா வெளியேறதுக்கு திட்டத்த வகுக்கணும்னு முடிவு பண்ணேன். படை தெரட்டணும் இல்ல தனித்தனியா கெடக்க வித்தியாசப்பட்ட மனுஷங்களையும் குரோமிகளையும் கிண்டி ஒருத்தர் மீது ஒருத்தர் மோத ஏவி விடணும். ஒருபக்கத்துல இப்டி ஆவேசப்பட்டாலும் அடுத்த கணமே எனக்கு இதனோட கடுமைய தாங்க பலமுண்டானே தெரியல. மூலைல மொடங்கி கெடப்பதாக மடுத்துப் போயிருந்தேன். களைப்பாயிருந்துது. நா அத்தனையையும் மறக்க நெனைச்சேன். இளமையிலேயே சாகுறவனுவ பாக்கியவானுவ. அந்த குடுப்பினை எனக்கு கெடைக்காதோனு ஏங்குனேன். என்னை ஞாபகம் வெச்சிருக்கவுங்க யாராது இருப்பாவளானு யோசிச்சு பாத்தேன். நம்பகத்தகுந்த ஜீவராசிகள் இந்த ப்ளோரஸன்ட் ஒலகத்துலயோ அந்த ஓட்ட ஒலகத்துலயோ கெடையாது. சமாதானப்படுத்த எனக்கு யாரோ எதுவோ தேவைபட்டுது. யாரும் எதுவும் இல்லேனு புரியச்சுல எல்லாத்தையும் அழிக்கணும்ங்க

வெப்ராளம் மேலிடுவ். ஒருவித வெறுமை சோகமான ஸ்பிரிட்ட பஞ்சுல தடவி நெனப்ப சுத்திகரிச்சுது.

பிருபிருத்த கருத்த மண்ணு அடித்தட்டில் கெடக்க சாக்கடையில் சோப்பு கவரு, அழுவுன காய்கறிங்க, பழத்தோலு, சோறு, சளினு கழிவுங்க ஓடும் அழுக்குத் தண்ணிய மறைச்சி நீரோட்டத்த தடுத்து சாக்கட தண்ணி தேங்குற எடங்கள்ல அழுக்கு மெல்லிய படலமா சேர்ந்திருந்துது. விரிசல்கள் வழியாக துண்டு துண்டாக ரோஸ் நியான் வெளிச்சம் பாசியாக நெகிழும் அழுக்கு படலத்தின் மிதும் தெறிக்குது. அடச்சிருந்த அடைப்பையும் அழுக்கு படலத்தையும் நாய் முன்னேறி தானாக தொறந்தும் நீக்கியும் விட்டுது. நாய்க்க கழுத்தளவுக்கு சாக்கடை தண்ணி எட்டியிருந்துது. நாங்க போற சலசலப்பு சத்தத்த மீறி வடிகாலுக்குள் குக்கர் விசிலாக தண்ணி விழும் ஓசை கேட்டுது. என்னை யாரும் இனி பிரிஞ்சுரக் கூடாதுனு பயந்தேன். நாயை நா பாத்தேன். பாவம் மொகம் தெரியாதவீளுக்காக வாலாட்டீட்டே களத்துல எறங்கி பலனெதுவும் எதிர்பாக்காம என்னை காப்பாத்திச்சேனு நா மறுக்கப்பட்ட கருணையையும் அன்பையும் பொழிவது தப்புனு தோணிச்சு. ஏன் தெரியுமா? நானும் இப்போ வீழ்த்தப்பட்ட மிருகமே. தனக்க குரோமி குடும்பத்த காக்க ஏலாட்டியும் பரவாயில்லை பிள்ளை குரோமியவாவது கரசேக்கணும்ங்க ஆசையில் தன்னையே தியாகம் செய்யது போல அது செய்யுது அல்லாட்டி தான் என்ன செய்யோம்னே அதுக்கு தெரியலையோ என்னவோ. அழுக்குத் தண்ணி பாய்ந்து விழும் விசில் சத்தம் ரொம்ப கிட்டத்துல கேக்குவ். சுழில சுத்தி வெள்ளத்துக்க இழுப்பு நாயையும் என்னையும் வேகமா இழுத்து பெரிய இரும்பு பதிச்ச குழாய்க்கு கொண்டுபோய் அழுக்கும், குப்பைகளும் மொத்தமா தேங்கியிருந்த பெரிய எழுபது அல்லது எம்பது அடி குழில தள்ளிவுட்டுட்டு. நாயி சத்தமா 'யாயா' னு அந்தரத்துல குலைச்சு ஊள விட தொப்புனு விழுந்த நாங்க சாக்கடை கிடங்குல முங்கி மேலெழும்புனோம். நகரத்துக்க பல எடங்கள்லேர்ந்து சாக்கடை வழியதுக்கு அந்தக் கிடங்க சுத்தியும் இருபது முப்பது பெரிய இரும்பு குழாய்கள் காணப்பட்டது. கெடங்குல வெள்ளம் நெரம்பவே இல்ல. செல இரும்பு குழாய்கள்ல சொட்டுச் சொட்டா சாக்கடை தண்ணி வடிஞ்சி. இன்னும் செல குழாய்கள் அப்படியே வத்தியிருந்துது. ரெண்டே ரெண்டு இரும்பு குழாய்கள் தான் எனக்க பார்வைக்கு முழுசா

அடைப்பில்லாம அருவியாக இயங்கிச்சு. ஒண்ணு நாங்க வந்தது இன்னொண்ணு எங்களுக்க இடப்பக்கமா நேர்மேலே உள்ளது. அதனாலத்தான் கிடங்கு முழுசா நெரம்பல. அடர் நீல வெளிச்சம் உள்ளவுள்ள எல்லாத்தையும் மங்கலாக்க, இன்குபேட்டரால நா நனையல இல்லேனா இருக்க நெலமைக்கு எனக்கு ஒருமாதிரி ஆயிருக்கும். எனக்கோ இன்னொரு மாதிரியா இருக்குவ். இங்க வந்ததெறங்குனது சரியாப்படலையோனு சந்தேகிச்சேன். நாயி இப்போ 'குல்குல்' னு தன்னோட வருகைய யாருக்கோ அறிவிக்கும் விதமா சமிக்ஞை கொடுக்கதாட்டு குலைக்குவ். அழுக்குத் தண்ணி வராத இரும்பு குழாய்களுக்குள் அரவம் கேட்டுது. தண்ணி சொட்டுச் சொட்டா வந்த குழாயிலேர்ந்தும் சத்தம் வரூவ். நாயி கெடங்க சுத்தி வட்டமடிக்க தொடங்கீட்டு. தண்ணி வரும் ரெண்டு பெரிய இரும்பு குழாயிலிருந்து வரும் அழுக்குத் தண்ணியின் ஓசையும், மத்த குழாய்க்கள்ல கேட்ட சத்தங்களுக்கிடைல என்னேனு கொஞ்சம் எட்டுபோய் பாக்கலாம்னா நாயி என்னை அசைய விடாம 'குல்குல்' னு வேகத்த அதிகரிச்சுட்டே குலைச்சு சுத்த நா நாயை தொடர்ந்து சுத்திட்டேயிருந்தேன். ஏன் இப்டி செய்யுதுனு புரியல. குழாய்கள்லேர்ந்து தொங்கு ஏணிகள் விழுந்துது. அது மூலமா ஒரு குரோமி மொதல்ல தலைமையேத்து கிடங்குல எறங்குனா. அவ ஒரு லெதர் ஜாக்கெட்டும் ஜீன்சும் நனையாதிருக்க ரெயின் கோட்டும் போட்டிருந்தா. முட்டிவரை ரப்பர் பூட்ஸும் கைக்கு கறுப்பு கலருல கையுறையும் அணிஞ்சிருந்தா. அவளுடன் எறக்குன ஆறு குரோமிகளும் ரெயின் கோட் போட்டிருந்தாவ. அவ தான் தலைவினு புரிஞ்சி. அவ எறங்குனதும் நாயி வாலாட்டீட்டே அவளுக்க பூட்ஸ்ஸ நக்கவும் இன்னும் என்னை அவ அடையாளம் காணல. ஜீன்ஸ் பாக்கெட்டுலேர்ந்து ஒரு கண்ணாடிய எடுத்து போட்டா. போட்டதும் கண்ணாடியில் சொவப்பு கலருல லைட் எரிஞ்சி. மத்த குரோமிகளும் கண்ணாடிய போட்டாவ. என்னை எல்லோரும் இப்ப தெளிவா பாத்தாவ. நானும் அவீள பாத்தேன். என்னால எதுவும் சொல்லவோ திமிறவோ ஏலல. அமைதியாவே அவிய பார்வைய எதிர்கொண்டேன். மேடம் இதுதான் மேடம் ஸ்பெசிமன்னு அவளுட்ட தலைக்கு ரெயின் கோட்டால் முக்காடிட்ட குரோமி வந்து குசுகுசுத்தான். அவள் ஓகே குட்னுட்டு என்னை ஏறயிறங்க பாத்தா. ரொம்ப எளசு

இருந்தாலும் பரவாயில்லைனு ஏனையோர்ட்ட சைகை காணிச்சா. நீ எத்தனாவது காப்பினு கேட்டா. நா, எனக்குத் தெரியாதுனு பதிலளிச்சேன். வெங்காயத்த நறுக்கும் குரலை தொண்டையிலேர்ந்து உருவி வாலியூம்ம உயர்த்தி, போலியாக லுக் மைபிரண்ட் எங்களுக்கு எல்லாமே தெரியும் ஒத்துழைச்சா சீக்கிரமாவே வேலை முடியும்னா. டோன்ட் மேக்கிட் ஹார்ட் பார் அஸ். இன்பேக்ட் உங்கள நாங்க வரவேற்கத்தான் செய்யுறோம். ஒருவகைல பாத்தோம்னா நாம நண்பர்கள்னாள். நா எடமறிச்சு நீங்க யாருன்னேன். முக்காட கழத்துனவ நாங்க எஸ்.எஸ் ன்னா. எஸ்.எஸ் பத்துன தகவல்கள் ஓங்களுக்கு தெரியும்னா நாங்க எவ்வளவு சக்தி வாய்ந்த குரோமிங்கேனு ஓங்களுக்கு புரியும்னு சொல்லும்போ எஸ்.எஸ் பத்துன விஷயங்கள் எதுவும் தெரியாது நா நெனைக்குற குரோமீங்க தான் நீங்கன்னா போயும்போயும் ஒரு பெண் குரோமிக்கு அவங்க பதவி கொடுக்க மாட்டாங்களேன்னேன். நிக்கவீளுட்ட சீ திஸ் லிட்டில் திங்னு எளக்காரமா சிரிச்சா. ஓங்க பிரச்சனையே எங்கள புரிஞ்சுக்காதது தான். பட் நாங்களோ ஓங்கள பத்தி வெரல் நுனில தெரிஞ்சு வெச்சுருக்கோம். இன்னும் ஆழமா ஆராயுறோம். சாக்கடைக்க மேலயிருக்கத பாத்துட்டு அடீலயும் அதுதான்னு நெனச்சா நாங்க பொறுப்பாக முடியாதே. சாக்கடையின் அடீலயும் சத்தான மண் கிடைக்கும் பையா. எங்களுக்காக ஓங்க கைகள ஐ மீன் உங்க பலத்த கறைபடுத்த தேவையிருக்கு. உன் ஆல்பாவோட ஒப்புதல எப்பவோ வாங்கியாச்சு. நீங்க மைனாரிட்டியான யாரை வேணாலும் கொல்லலாம் ஓங்களுக்கு சின்ன ஆல்டரேஷன் பண்ணா போதும்னு சொன்னப்போ இன்னொரு குரோமி ஒரு பெட்டியோடி வந்தாள். இல்லயில்ல என்னை பணிச்ச ஆல்பா அப்டியெல்லாம் மறைமுகமா ஒப்பந்தம் போட வாய்ப்பில்லை நாங்க தான் கரெக்ட் லீனியேஜ்னு என்னை அறியாமலேயே மறுத்தேன். வென் திஸ் லிட்டில் ஷிட்ஸ் டெவலப்ட் மாரல் கான்சியஸ்னு எரிச்சலாவி, கவனி கழிசடையே ஒன்னால எதுவும் செய்ய முடியாது. மரியாதையா கேக்கேன் நீ உன் ஆல்பாவ விட சக்தி வாய்ந்ததா மாறீரலாம். இன்பேக்ட் நீங்க தனியொரு ஜீவராசிகள் அல்ல எஸ்.எஸ் வோட ஒத்துழைப்பால தான் ஓங்களால இவ்வளவு தூரம் வரவே முடிஞ்சுது. எஸ்.எஸ் இன் உளவுத்துறையின் தகவல்படி வி சீ அன் ஆப்பர்சூனிட்டி. பாதையை நாங்க போட்டோம் நீ தான் பயணப்பட்டது. பின்

வாங்காம ஒனக்க வேலைய செய்னு மெரட்டுனா. நா எதுவும் சொல்லாததால பாஸ்டர்ட்னு இன்குபேட்டர ஓங்கி சவுட்டுனா. இன்குபேட்டர் கிடங்கோட சுற்றுச்சுவருல மோதி நாய் கிட்ட வந்து நின்றது. நாஞ்சொல்லத உன் உயிராணையா நம்பிக்கை கொண்டு கவனமாக் கேளுனு இன்குபேட்டருல பூட்ஸ் கால இறுத்தி வெச்சுட்டே பேசுறா. ஓங்க லீனியேஜ்ல ஒரு பிசகு இருக்குது. ஒன்னால ஒருத்தருக்க பின்னாடி தான் போயிட்டுருக்க முடியுதே தவிர ஓங்கள மாதிரி இன்னொன்ன உருவாக்க முடியுறதில்ல சரி தானேன்னாள். பதினைஞ்சு வயசுக் கெழவனிடம் விதிமுறைகளை மீறி பழகியதுக்கு பதில் என்னை பற்றி இவள் சொல்லுற ரீதில யோசிச்சுருக்கலாம். வேதனைகள் மிச்சப்பட்டுருக்கும். தயக்கத்தோடு ஆமானு பதிலளிச்சேன். அவளுடைய கோவத்துல நியாயம் இருக்கு. அவ உண்மையத் தான் பேசா. என்னால என்னை மாதிரி எதையும் உருவாக்க முடியல. அதுவொரு பீட்டா இயல்புனு நெனச்சேன்னேன். இயல்பான் இயல்பு மண்ணாங்கட்டினு கிடங்கின் சுற்றுச்சுவரை வெறித்தாள். அதனாலத் தான் நீ இப்டி இருக்க. நேரத்தை நீ ஒண்ணா பாக்குற. ஒனக்கும் அப்டித்தான் எல்லாம் தெரியுது, பிரமைகள் ஒன்ன சுத்தி சம்பவங்களை பின்னுது. அவை நெஜம்னு நீயும் நம்புற. ஒனக்க ஆல்பா திசுவுக்கும் அதுதான் பிரச்சனை. உம் வம்சத்துக்கே பைத்தியம் புடிச்சிருக்குனு பொறுமையில்லாம வெளக்குனா. அப்போ ரூறி மரத்துல அவ... னு ஸ்டாப் திஸ் நான்சென்ஸ்ஸிகல் ஸ்டோரினு கடுமையான தொனில கத்துனா. பாதி புரிஞ்சும் பாதி புரியாமலும் இருந்த எனக்கு நா ஒண்ணும் சர்வவல்லமை கொண்ட திசு அல்லவேனு மட்டும் தெளிவா வெளங்கிச்சு. ஒரு சிகரெட்ட எடுத்து பத்த வெச்சா. பொகைய விட்டெறிஞ்சு இந்த சாக்கடைக்குள்ள வரணும்னு எனக்கு தலயெழுத்தில்ல. அந்தந்த வர்ணத்துல இருக்கவன் வர்ரது தான் வாஸ்தவம். நாளைக்கு நீயே எங்க அகண்ட பாரதத்துல குடியுரிமை வாங்குனாலும் உன்னையும் ஒரு சூத்திரனாகவே மதிப்போம். பெண்ணுனு நீ கேட்டனால சொல்லுறேன், எல்லாத்தையும் சுத்தமாத் துடைக்கதுக்கு பணிக்கப்பட்டிருக்கு. தட்ஸ் அபோவ் மை பே ஸ்கேல்னு சொல்லீட்டு இப்போ ஒத்துழைக்க முடியுமா முடியாதானு கேட்டா. முடியாதுன்னா என்ன செய்வீயன்னேன். இட்ஸ் ஈசி ஒன்ன முடிச்சுட்டு போயிட்டேயிருப்போம்னாள். நா மறுபடியும் யோசனையில் ஆழ்ந்தேன். என்ன ஆனாலும் யாரை இழந்தாலும்

எனக்கு 'நான்' முக்கியம். நடந்ததெல்லாம் நடந்ததாவே இருக்கட்டும் அல்லது நடக்காததாவும் இருக்கட்டு. பழிவாங்கத விட அர்த்தமானது இப்போதைக்கு எனக்கு எதுவுமில்லையே. ஒருவேளை இதுவும் எனக்கு பணிச்ச வேலையாயிருந்தா என்ன பண்ணதுக்கு? மறுக்கலாகாதே. எனக்கு ஒதவுன நாயும் உளவாளினா பதினைஞ்சு வயசுக் கெழவனுக்க மரணமெல்லாம் ஒண்ணுமே இல்லேனு தானே அர்த்தம். அப்போ, இதவிட பெரிய அழிவுக்கான சூழ்ச்சிக்கு நா தேவைப்படுறேன். சம்மதிக்கணும். தவிர இதுவொண்ணும் அவ்வளவு ஆபத்தானதுமில்ல. சரி நா ஒத்துழைக்கேன்னு உடன்பட்டேன். அவ கால இன்குபேட்டர்லேர்ந்து எடுத்து மத்தவீளுக்கு வழி விட்டா. பெட்டியோடி நின்னவ முன்னால வந்து பெட்டிய தெறந்தா. அதன் ஸ்கீரின்ல என்னவெல்லாமோ தட்டுனா. ரிவோக் சார்ஜ் அப்டேட் ஆகிட்டுருக்கு பேஸ் ஒண் அன்ட் டூவ இனிஸியேட் பண்ணலாம்னதும் குரோமிகள் கொண்டு வந்த கருவிகளோடி அரக்கப்பரக்க வேலைல மும்முரமானாவ. சின்ன ஸ்க்ரூவையும் புதுசா மாத்தி போட்டாவ. என்னால இன்குபேட்டர இயக்க முடியல. கன்ரோல் பிராஸஸர்ர கணெக்ட்பண்ணிட்டேன்னு குரோமி ஒருத்தன். இன்னொரு குரோமி மோடியூல்ல எந்த ஸ்யூஸ்சும் இல்லேனான். மேம், ரிவோக் சார்ஜை அப்ளை பண்ணீரலாமானு சம்மதத்துக்காக அவ மூஞ்ச பாத்தான். அவ தலையாட்டுனா. டக்குனு எல்லாமே அணைஞ்சி இன்குபேட்டர் ஆன் ஆகி மொதல்ல இருந்தத விட சக்தி வாய்ந்ததா ஸ்டார்ட் ஆச்சு. குரோமிகள் அவரவர் எடத்துக்கு போயி நின்னாவ. நா இன்குபேட்டர இங்கயும் அங்கயுமா ஓட்டுனேன். முன்ன இருந்ததுக்கும் இப்ப இருக்கதுக்குமான வித்தியாசங்கள ஒணர்ந்தேன். சக்தி வாய்ந்ததாக என் திசுக்க செயல்திறனும் கூடுனத கவனிச்சேன். சிகரெட்ட பொகைச்சவ இந்த நாய் மேல பரிசோதனை பண்ணி பாருன்னா. நா சிறிதும் தயங்கலயே. நாயை கிண்டு கிண்ட ஒரு ஹெப்டகன் மேல இன்னொரு ஹெப்டகன எளிதா வைக்கேன். விளைவுக்காக நாய பாக்கேன். நாய்க்க ஒடம்பு சதைக் கூளமா வெடிச்சு செதறிச்சு. எனக்க கவலையும் களைப்பும் அதோடயே போயிடிச்சு.

நோ எப்பவுமே மடத்தனமா பலத்த பிரயோகிக்கக் கூடாது. நாம பலத்த பிரயோகிப்பது நம்ம எதிரிக்கு தெரியக்கூடாதுன்னா. என் சிப்புல இருக்க தகவல்கள் ஒங்களுக்கு தேவையில்லையான்னேன்.

இல்ல தேவையில்லைன்னா. தகவல்கள் தானேச்சுல ஷட் அப் டிரை அகயின்னு கட்டளையிட்டதும் எல்லாரும் அரண்டுட்டாங்க. வந்தவுடனே அவளுக்க காதுல குசுகுசுத்தவன் மேடம்னு வாய் எழாம பேய் அறஞ்சாப்ல சில்லிட்டு போயிட்டான். நா அவன் தோளுக்கு குறிபாத்து ஒரு ராம்பஸ்கும் மேல் இன்னொரு ராம்பஸ், அதுக்கும்மேல நா குறிவெச்ச குரோமிக்க வலது தோள் பட்டைய வெச்சது தான் உண்டு. அந்த குரோமிக்க தோளுலேர்ந்து இடுப்பு வரை வெடிச்சு அதுலயே விழுந்தான். ஓகே எல்லாரையும் முடிச்சிருனு கட்டளை பறந்தது. தலை, மார்புனு வெடிச்சி ஒரு குரோமிய விழவெச்சேன். அடுத்ததா பரிசோதனைக்காக ரெண்டு குரோமிகள ஒண்ணா ஒரே தசாகோணத்துல வெச்சி கிண்டுனேன். அந்த ரெண்டு குரோமிகளும் அவங்களையும் மீறி கையாலயும் காலாலயும் எலும்பு முறிய இன்னொருத்தருக்க ஓடம்ப குத்தி கொன்னு மடிஞ்சாவ. வெரிகுட்னு அவ மூணாவது சிகரெட்ட பத்த வெச்சப்போ பயத்துல தொங்கு ஏணிக்கு ஏறிய குரோமிகள தீர்த்துக்கட்டுனேன். நா கொல்லக்கொல்ல எனக்கு பரவசம் உச்சத்துக்கு எகிறிச்சு. அதீத வேகத்தில் போறவிய இன்னும் வேகமா அத்தனையையும் மறந்து கண்ணுவ விரிய போறதாக பரவசத்துல தெளைச்சேன். என்ன காரணத்தாலோ இன்னும் இடிக்காத அந்த டூவீலரும் காரும் என்னை கச்சான்முச்சான் ஆக்கியது. இதத் தொடராம என்னால வாழவே முடியாதுங்கது மாதிரி ஆயிட்டு. கிடங்கில் குரோமிகளின் ரெத்தமும் சதையும் உறுப்புகளுமா செதறிக் கெடக்க ஆத்தலா அவ மட்டும் சிகரெட்டை வலிச்சுட்டே நிக்காள். நா அவள ஒரு கிண்டு கிண்டுனேன். எதுவுமே அவளுக்கு ஆகல. மறுபடியும் மறுபடியும் கிண்டுனேன் ஒண்ணுமே ஆவல. ரெயின் கோட்டையும் லெதர் ஜாக்கெட்டையும் செக்ஸியா கழத்துனா. அவ பாதி குரோமி மீதி இயந்திர குரோமினு எனக்கு அப்பதான் தெரிஞ்சுது. ஒனக்கு பணிச்ச வேலைய செய். மறந்துராத நீ உன் வேலைய கரெக்ட்டா செஞ்சேனா என்னை மறுபடியும் பாக்கமாட்ட. உன் வழி அங்கனு எதிர்பக்க மேலவுள்ள குழாய காட்டுனா. செதறி கெடக்க உறுப்புகளுக்க மத்தியில் பெட்டியை பற்றியிருந்த துண்டான கைய விடுவிச்சி பெட்டிய எடுத்துகிட்டா.

யாருக்க பின்னாடியும் நீ விரும்பலேனா போக வேணாம். போகப்போக கத்துப்பேனு ஏணில தொங்குன கால் துண்டத்த தட்டிவிட்டுட்டு மறந்துராத என்ன ஆனாலும்

உன் வேலைலயிருந்து தடம்மாறிறக்கூடாது முக்கியமா ரகசியம் காக்கணும் அண்டர்ஸ்ட்டான்ட் யூ டீஜெனேரிட்டிவ் பாஸ்டர்ட்டுனதும் நா எட்டி பிடிக்க சாக்கடை தண்ணியே பாயாத இரும்பு குழாய கிண்டி ஒத்த எடுப்புல உயர்ந்தேன். தொங்குஏணியில் ஒரு கைல பெட்டியோடி இயந்திர குரோமி ஹோப் ஐ வோண்ட் சீ யூ அகெயின்னுன்னா. நா குழாய்குள்ள புகுந்தேன்.

07

எந்தத் திசைல நிக்குது? காட்டு பாப்போம்னு குரோமி கேட்டதுக்கு குரோமி ஆள்காட்டு வெரலால முதுகுப்புறமா வானத்த சுட்டுனான். லாவேண்டர் நியான் நிற வெளிச்சம் குரோமிகள் இருவரையும் சமைக்க சின்னப் பயல் இடுப்புல கைவெச்சு திமிங்கலம் மீது அமர்ந்திருந்தான். குரோமிக்கு சின்னப் பயலும் திமிங்கலமும் பார்வைக்கு அகப்படல. குரோமி சுட்டிக்காட்டியது அவனை பொறுத்தவரை வெறும் லாவேண்டர் நிற வானத்தை. கேட்டறியும் அக்கறையில் இதுவரைக்கும் ஒனட்ட என்னத்தையாது பேசீருக்கானானு வினவுனதுக்கு குரோமி இதுவரைக்கும் பதிலே சொன்னதில்ல. இடையூறாவே இல்லையாங்கதுக்கும் தன் அபிப்பிராயத்த தெரிவிச்சதில்ல. லாவேண்டர் நிறம் எதிரொளிக்கும் குடிச்சி மிச்சமா போட்ட தண்ணி பாட்டுலு, கப்புனு கெடக்கதுலேர்ந்து வேண்டியத தேவைக்கு எடுத்துகிட்டானுவ. தோதான எடமா பாத்து உக்காந்தானுவ. யாருமே அங்க இல்லை அதாவது தாமதமாகவோ முன்கூட்டியோ வந்ததால அங்க யாருமே இல்ல. செலப்போ யாராவது அமைதிய விரும்பி வந்துருக்கலாம். வட்டமடிச்சு இவனுவளையே கண்காணிச்சிட்டிருக்கலாம். மரத்த குரலால உங்கையா இங்கதானே டெய்லியும் வாராருனதுக்கு, ஆமா பெரிய புடுக்கு சொல்லாம கொள்ளாம தலைவரு கலெக்டர் ஆபீசுக்கு போயிருக்காரு கேட்டியா? அவனுவ அவுட்போஸ்ட்ல மண்ணெண்ணை கேனோடு பிடிபட்டாரு. எனக்கினி என்னத்த உண்டோ கண்ணியமா வாழ செரைக்கேனு பிடிபட்டதும் பொலம்பீருக்காரு. சாவட்டு. செரி, காலுல இது என்னடே ரெத்தம்னு செருப்பு கவர நவுத்தி பேச்ச மாத்துனான். அதுக்கவன் மவுனமா குடிச்சான். அவன் மொகத்துல பொடச்ச நரம்புகள் கறுப்பாவி வீக்கம் குறையாமலிருந்துது. அத்தனைக்கும் சேர்த்து ஒரே பதிலா நிலமை ரொம்ப மோசமாயிட்டுனு மட்டும் தீர்ந்த பிளாஸ்டிக் கப்பை கோட்டர் பாட்டுலுல கவுத்தீட்டு சொன்னான். என்ன பெரிய மோசம் மக்கா இதவிட

மோசமான நெலமையிலெல்லாம் நீ நல்லாவே சமாளிச்சிருக்க எதுக்குமே வழியுண்டு மனச தளரவிடாதடேனுட்டு அவனும் குடிச்சான். நா சிரிச்சேன். பேக்கிங் சோடா பொரிவதாட்டு சிரிச்சேன். இவனுவ இன்னும் எலியும் பூனையுமா ஆட்டத்த விறுவிறுப்பாக்கலையே. விஷயத்தை யாருக்கும் எதுவும் தெரியாததா மறைக்கதுல கெட்டிக்காரனுவ. எனக்கு தேவையானது பொறுமை அதுயெனக்கு பிறப்பிலேயே வாய்ச்சது. பொரியப் பொரிய பொறுப்பேனே. ஹி..ஹி..ஹி

மூணு கட்டிங் ஒரு குவாட்டருக்கு கணக்குனு ஊத்திமளுக்கி குடிச்சானுவ. கடலுக்குள்ள போறேன் பாத்துக்க கடல் என்னை உள்ளிழுத்துட்டு. தூக்கத்துல மொனங்கேன். செரி அதுக்கு ஏன் பயப்பட? ங்க கேள்விக்கு, எனக்கு வாழதுக்கு ஆசை குரோமினு தழுதழுக்க ஆனா நா செத்தேனே குரோமினு மனங்கலங்குனான். நீ....னு நிறுத்தி ஆத்திரத்துல கண்கள் பழுக்க எதையோ யோசிந்திச்சவனாட்டு நா கசிஞ்சி ஓடேன் கேட்டியா தண்ணி போலேனு ‘திடக் திடக்’ னு சிரிச்சான். அவனாவே ‘திடக் திடக்’ னு அழுவான். செரீல நீ பொறுமையாயிருனு அடுத்தவன் தேத்துனான். அவன தேத்துறது ஆபத்துல தான் கொண்டு உடும். பேண்டுக்க பின்னாடி மறச்சிருக்க கத்திய பத்தி தேத்தவனுக்கு எதுவும் தெரிஞ்சிருக்காதோ? எனக்கு குரோமிகளுக்க புரட்சிகரமான மந்த நிலைய பத்தி நல்லாவே தெரியும். நாக்கோட வயர்கள் அறுந்து வாக்குகள் சுத்தப் பொய்களாகி இதுக்குதான் இதுக்கேதான் வழி வகுக்கும். ஒண்ணையும் சரிகட்டாத உணர்வுகளை பகிரும் படலம்! காலி பாட்டுல்களை கையிலெடுத்த குரோமி ஒவ்வொண்ணா லாவேண்டர் நிற கான்கிரீட் தரைல எறிஞ்சான். சுக்குநூறாக நொறுங்கும் பாட்டில் குப்பித்தோடுலேர்ந்து சின்னதா லாவேண்டரும் வெள்ளையுமான நிற ஒளிப்பந்து வெளிவந்துது. எறியத பாத்துட்டுருந்த குரோமி ஓடிபோய் அந்த ஒளிப்பந்துகளை லைட்டா தொட்டான். தொட்டதும் தொட்ட குரோமிக்க ஸ்கீரினின் உள்பக்க விளிம்பின் வகிடுல பத்து பாயிண்ட்டு ஏறிச்சு. ஒளிப்பந்தும் சலவை நுரையாக பொட்டி மறைஞ்சுது. அழகுதான் என்னே! ஏன் கொழப்பம்னு விளிச்சான். குரோமி வெச்சிருக்கும் கத்திய தொட்டான். எனக்கு புரிஞ்சி ஆனா இந்த விளையாட்டு எளிதா நிறைவு பெறாதே. ஸ்பைரூலினா பூக்கள் பின்புலத்துல பறக்க ஏனோ குரோமி குரோமிய குத்த தயங்குனான். கத்திய எடுக்காம அப்டியே வச்சுட்டான். என்ன

தோணியதோ நாடகபாணியில் அவன் ஓடிவந்து இவன கட்டியணைச்சான். தயவுசெஞ்சு நார்மலாகு நீ ஒருத்தன் மட்டும் இல்லேனா என் வாழ்க்கை நரகமாயிருக்கும்னான். எனக்கு கொழப்பமில்லே நா நல்லாதான் இருக்கேன்னு குரோமி குரோமிக்கு உறுதியளிச்சான். எலியும் பூனையுமா ரெண்டு குரோமிகளின் கறுத்த கண்களும் ஷளெய்ங்குனு ஜொலிச்சுது. காய்ச்சல்கார குரோமிகள் முத்தமிடது போல முத்தமிட்டானுவ. முடியவே முடியாததாகவும் தீரவே தீராததாகவும் கண்களை மூடி பிராத்திக்கது மாதிரி அந்த முத்தத்துல உமிழ் நீரோடு ஆல்கஹாலுக்க காரத்தையும் தங்களோடு கரைச்சானுவ.

அவனுவ ரசிச்சு ருசிச்சு முத்தமிடும் இவ்வேளைல கணக்குபடி அதாவது எப்போவும் இத சொல்லதுக்கு எனக்கு உரிமையிருக்குனு நம்புறேன். அப்டி உரிமையில்லாட்டியும் நா சொல்லியாகணும். இதுக்கு முந்தி நா வழக்கமாக சொன்னது தான். அதாவது நா ரெண்டுபேருல ஒருத்தன கண்டிப்பா கிண்டுவேன். எனக்கு ரெண்டுபேருமே ஒண்ணு தான். இருவருமே ஒரே நட்சத்திரத்தின் கீழ் ஒரே ராசில பொறந்தவனுவ. என்னை சொமக்குற குரோமி ஒரு கொலைகாரன். இந்த கொலைகார குரோமி தனக்க கொலைகளாலேயே மனநிலை பாதிக்கப்பட்டவனாயிட்டான். மனநிலை பாதிக்கப்பட்ட குரோமிகள் அரசாங்கத்துக்கோ எனக்கோ பிரயோஜனமற்ற உயிர்கள். என்னுடைய புத்திசாலித்தனம் யாதுன்னா ஒதுக்கப்பட்ட குரோமிகளை அழிவுக்காக நா பயன்படுத்துறேன். (திசுக்களிடமிருந்து கைத்தட்டல்களை எதிர்பார்க்கிறேன்) செரி விஷயத்துக்கு வருவோம். சின்னதுலயே அவனுக்கு அதிகமாக வேர்க்கும். வேர்வை அவனுக்கு உற்சாகத்தையும் ஒரு செயலை செய்யதுக்கான பரவசத்தையும் மூட்டிவிடும். எப்பவும் தண்ணிய கோரி காலுல விடுவான். தண்ணி காஞ்சதும் உலர்ந்த காலில் மறுபடியும் தண்ணியை ஊத்த வேண்டியது வரும். வளர்ந்த பிறகு ஒருபடி போய் அவன் இதுக்காகவே சில பொருட்களயும் வழிமுறைகளயும் பயன்படுத்த துவங்குனான். துப்பலையும் டூத்பேஸ்டையும் சேர்த்து அதக் கால் பெருவெரல்ல தடவுவான். ரெண்டு வெரலயும் ஓரசும்போ அவன் இழந்த சுறுசுறுப்ப திரும்பப் பெறுவான். அதச் செய்யாத போது தன்னையறியாமலேயே மூத்திரம் பெஞ்சி பலருக்க கேலிக்கும் கிண்டலுக்கும் இலக்காவான். அதனால எப்பவுமே அவன் பாக்கெட்டுல இருமல் குப்பியோ, டூத்பேஸ்டோ எப்பவும்

இருக்கும். இதுவொரு விதமான அடிக்ஷன் தான். தகவல்கள் சுட்டிக் காட்டுனபடி நரம்புகள் தந்த அடிக்ஷன்னு நா நெனைக்கேன். வளரவளர தன் பாதைக்கு குரோமிக்கு குரோமி மட்டுமே சரியானவனா இருந்துருக்கான். அப்பன்கார குரோமி பத்தி சிப்புலயும் தகவலில்ல குரோமிக்கும் ஞாபகமில்ல. முதுவுல ஊசி ஏத்தி வயித்த கிழிச்சியெடுத்த மொதல் சிசேரியன் குரோமியானதால அவன் பேர்ல் ஏகப்பட்ட எதிர்பார்ப்புகள் வெச்சிருந்த தள்ளை குரோமிக்கு எப்பவும் கெடச்சது அறுப்பு தான். எதுவுமே சரியா வரலேங்க வெறுப்ப, வளக்கது வர வளத்து விட்டாச்சு வேறன்ன செய்யணும்னு ஏசி சமாளிச்சு பாத்தா. ஒனக்கு பொம்பள புள்ள இல்ல நா குடுக்கட்டானு கேட்டபடியால் இனியும் நம்பி பிரயோஜனம் இல்லேனு சமீபத்துல அதாவது ரொம்ப சமீபத்துல தள்ளைகார குரோமி சாக்க எடுத்துட்டு வீட்ட விட்டு ஓடிபோயிட்டா. காதலிச்சு கொண்டு வந்தவளோ இப்போ கட்டிலில் கயிற்றால் கட்டப்பட்டுருக்கா. பலவந்தமா அவள கெடத்தும்போ ஒனக்காக மட்டுமில்லேனா நா நிம்மதியாட்டாது கொன்னுட்டுருப்பேன். அமைதியாருடினு அவ வாய பொத்திருக்கான். ஓடிப்போன என் தள்ளை குரோமி என்னை இதுமாதிரி பலவிதமா கொன்னுருக்கா நானும் செத்துருக்கேன் நீயும் சாவூன்னான். ஏன்? எல்லாம் சந்தேகம் தான். சந்தேகப்படதுக்கு அவ பெருசா எந்தத் தப்பும் பண்ணல. இவன் தராதத அவன் கொடுத்தான். குற்றமிழைச்சதா எடுத்துகிட்டாலுமே அத அவன் பொறுத்திருப்பான். தன் காதலி குரோமியை கூடவே வெச்சிருப்பான் ஒரு விஷயத்த தவிர. தான் ஒரு ஹோமோனு அவ கண்டுபுடிச்சி தனக்கு இழைச்ச கொடுமைக்கு மொத்தமா அவன ஆத்திரமடங்க நக்கலடிச்ச பொறவு அவள எங்கோடி அவன் சகிச்சுப்பான்? எப்பவோ நறுக்கீருக்க வேண்டியது. அது இப்ப நடக்குது. நடந்தது.

நீ அந்தச் சின்னப் பயல ஏன் கொன்னேனு மொகத்த பாக்காமலே மாருக்க சுருண்ட மயிற வருடீட்டே கேக்குறான்.

எலி பூனையால பின்வாங்கிச்சு.

போதைல வேர்த்தவனோ அவன் தண்ணி குடிச்சான் பண்ணக்கூடாததப் பண்ணான்னான். என்ன தண்ணி குடிச்சதா? கன்ன நரம்புகள் வெடைக்க இல்ல அவன் தலித் அதான் அவன்னு பதிலளிச்சான். அதுக்கெல்லாம் நீ கொல்லுவேனு நா

கனவுலயும் நெனச்சதில்லேனான். உண்மைய சொல்லணும்னா அவன் தலித்துங்குறது எனக்கொரு பிரச்சனையே இல்ல. சத்திரியனான எனக்கு அவன் பலவீனனா தெரிஞ்சான். என் பலத்த பிரயோகிச்சு அவன் கேட்பாரற்று அழுறத ரசிக்கவே அவன அடிச்சேன். அவன்மீது தாவி மாறிமாறி மூஞ்சு உருக்குலைஞ்சு போகுறவரைக்கும் குத்துனேன். யாருமே எதுவுமே சொல்லல. அப்டித்தான் செய்யணும். ஜெயிலுக்கு போனது அதுக்காக இல்ல ஓலபடக்குக்கு ஆறு கிலோ வெடிமருந்து பதுக்குனதுக்காகத் தான். தக்க சமயம்னு குரோமி தன் கத்திய தொட்டான்.

எலி பூனைய தெணறடிச்சுது.

மக்கா உன் மனசுக்க ஈரத்துல தானே நானும் வாழேன் ஒருவேளை எப்டியாது அவனுக்கும் விமோச்சனம் நீ குடுப்பேனு உன்னையே சுத்துறானோ. கத்திய திரும்பவும் உருவாம வெச்சுட்டான். 'ஞரிக் ஞரிக்' னு அழுதான். விசும்பலோடயே நா மத்தவள கொன்னுட்டுத்தான் வந்தேன் மக்கான்னான். குரோமிக்கு இதயம் நின்னுட்டு. கண் கறுப்பாகி கலங்கியது. குரோமிக்க நெஞ்சுலேர்ந்து கையெடுத்தான்.

பூனையை எலி அதட்டுது.

என்ன முளிக்க? நீ சொல்லத நானும் யோசிக்காமலில்ல. அடுத்தவர் மேல வன்முறைய செலுத்தது எனக்க வேர்வைய பெருக்க வைக்குது குரோமி. அதனால நா நெறைய பேர சின்னப்பயலுக்கு தொணையா அனுப்புவேன். குரோமி, ஐ லவ் யூ குரோமினு குரோமிக்க பேண்டுக்குள்ள கைய விட்டான். எப்போதைக்கும் விட நீ இப்போ நல்லா ஒத்துழைக்கணும் இத நான் பத்திரமா ஞாபாகம் வெச்சிருப்பேன்னான்.

எலி பூனைக்கு பணியுது.

மூச்சு ரெண்டு குரோமிகளுக்கும் பலமாகுது. குரோமி அவன் வேகத்துக்கு ஈடுகொடுப்பதை விட்டுட்டு வேகமா குரோமிக்க பேண்டு பட்டனையும் ஜிப்பயும் அவுத்தான். கத்தி விழுந்துர கூடாதேனு அவன் ரெண்டு கைகளையும் பிட்டத்துக்கு வச்சான். இப்போ குரோமிக்க வேகத்துக்கு குரோமி தாராளமா ஈடுகொடுத்தான். சொகத்துல வானத்த பாத்தான். வானத்துல பாராபென் நிலா தோரியம் குண்டுவீச்சில் தோட்டாவால

துளைபட்டது மாதிரி பொட்ட, சுகம் விளிம்புலேர்ந்து திரள அவனும் பொட்டுனான். ஸ்பைரூலினா பூக்கள் என்னை சுருண்டு சுருண்டு அழைக்கது மாதிரியான அதே தன்னிலை மறந்த சொகத்துல பொட்டுனவன சிக்குனு கிண்டுனேன். அவன் மின்சாரம் பாய்ஞ்சதும் திக்குண்டு குனிய சொகங்கொடுத்த குரோமி காலுக்கெடைல இல்ல. நேர நிமிந்தான். குரோமிக்க மூஞ்சு தெரிஞ்சி. கண்ணிமைச்சான் அவன காணல. குரோமிக்க கண்கள் மங்கிச்சு தலை லேசாச்சு. பாதி உரிஞ்ச பேண்டோடி நடக்க தள்ளாடுனான். பின்னாடி தடவுனான். கத்தி அவனுட்ட இல்லை. ரெண்டு மூணு அடி நடந்தவன் உரிஞ்ச பெண்ட மேலயிழுத்து பட்டன போட முயற்சித்தான். அவன் சட்ட முழுக்க ரெத்தக்கறைய கண்டதும் சரிஞ்சி அறுந்த தன் கழுத்த தொட்டான். இயலாமை, ஏமாற்றாம், கோவம், வலி, சுயநினைவுனு பற்ற விரும்பிய எதுவும் அவன் கைக்கு அகப்படல. வார்த்தையும் வரல. தள்ளை குரோமியையோ காதலி குரோமியையோ காண அவன் விரும்பியிருக்க மாட்டான். அவக்கேடாயுட்டோம்னு அவன் அவமானமும் படல. யாருடைய மன்னிப்புக்காக கெஞ்சவுமில்ல. மினுங்கும் கத்தியில் ரெத்தம் லாவண்டர் நிற கான்கிரீட் தரையில் விழ குரோமி குரோமிக்க பின்னாடி நின்னான்.

புலி பூனைய கழுத்துலயே கவ்வீட்டு.

கொலைகார குரோமி கழுத்துல குத்துபட்டு விழுந்து துடிப்படங்கவும் நா கத்தியோடி நிக்க குரோமிய கிண்டுனேன். ஐ லவ் யூ குரோமினு அழுதவாறே எச்சிலை துப்பி மூஞ்ச தொடச்சான். இன்குபேட்டருக்கும் அவனுக்குமான விசை இறுகி நா அவன தூக்கி என் முன்னே அந்தரத்துல நிறுத்துனேன். குரோமி கத்திய நழுவ விட்டான். கறுப்பு நீர் வழிய ஆச்சரியமா என்னை பாத்தான். எனக்கு என் அப்பா குரோமிய பாக்கணும்னு தேம்பித்தேம்பி அழான். அவன் தலைமுடியை பிய்த்து கம்பி போல் உறுதியாக்கி கறுத்த கருவிழியின் நடுவில் பாய்ச்சுவதுக்காக நிறுத்தி அமைதியாயிருனு மெரட்டுனேன். சின்னப்பயல் மறையாம அங்கயே நெலையா நிக்கான். ஒனக்கும் அவனுக்கும் பழக்கமுண்டானு வினவுனேன். சத்தியமா எனக்கு தெரியாது பஸ்டாண்டுல ஸ்கூல் போகும் குட்டி குரோமிகளை என் ஆசைக்கு இணங்க செஞ்சது அதுவும் மோகத்துல பண்ணது நா யாரைம் தாக்குனதே கெடையாது என்னை விட்டுருங்கேனு

கெஞ்சி மன்றாடுனான். சீக்கிரத்துல ஒன்ன விட முடியாது ஏன்னா சின்னப் பயல் இப்போ உன்னை பின்தொடர்ந்து வாரான்னேன். அவன் அப்போதான் திமிங்கலத்தையும் சின்னப் பயலையும் கண்டு வாயடைஞ்சு போனான். பயத்துல குரோமி, நீங்க சொல்லதெல்லாம் செய்யேன் என்ன விடுங்க எப்டியாது தப்பீருவேன் யாருக்கும் எதுவும் தெரியவேணாம்னு சத்தியம் பண்ணான். நா வேணோம்னி கொல்லல அப்படியா செய்யலைனா என்னை குரோமி கொன்னுருப்பான்னான். நா உண்மையிலேயே அவனையும் அவளையும் விரும்புனேன்னு கறுப்பு நீரை உகுத்து அழுதுட்டே இரைஞ்சான். நா மட்டும் இல்லேனா அவனுக்கு பதிலா நீ செத்திருப்ப அளந்து பேசுன்னேன். அவன் வாழ்க்கை நரகமானது யாரால? ஒங்கள போன்றவீளால தானேனு மொறச்சான். நா நிதானமா ஒலகத்துக்கு தெரிவிக்கவே இது நடந்துது ஒனக்காக அவ காத்திருப்பானு நெனக்கியோனு கேட்டு கெக்கேனு சிரிக்கேன். என்னிடம் நம்பிக்கை வைக்கணும்னு கண்ணை குத்த கம்பியா இறுக்குன அவன் தலைமயிரை பறத்தி விட்டேன். அவா இந்நேரம் கட்டுலுல மூச்சு தெணறி செத்துருப்பால. விளையாட்டு முடிஞ்சுது சரியானு வெவரமா வெளக்குனேன். அவன் இன்னும் செத்த குரோமி பத்தியே பேசான். ஒருவகைல அவன் பாவம்னான் அவனுக்க நரம்புவ காட்டி குடுத்துது அதான் நா எச்சரிக்கையானேன்னான். தெனமும் தள்ளை குரோமியையும், கூட்டீட்டு வந்த குரோமியையும் அதாவது உன்......அவளையும் அடிக்கான், பைசா வாங்கிட்டு கொல்லான், அவன் அவனுக்க சாவையே துச்சமா எண்ணும்போ நாமளும் அவன துச்சமா எண்ணதுல என்ன தப்பிருக்கு யோசி? குரோமி என்னைக்காது நிம்மதியான மனசோடி ஒனட்ட வந்துருக்கானா? நீ மட்டுமென்ன யோக்கிய குரோமியா? ரகசியமா எவளையோ பாக்கப்போறதா அவனுட்டயே பொய் சொல்லீட்டு அவளுட்ட போறது மட்டும் நியாயமா? கவலப்படாதே ஒங்கையால செத்தது அவனுக்கு நிம்மதியவே தந்துருக்கு. மண்டைல ஏத்திக்க அதனாலத்தான் நாயிக்கு பொறந்த குரோமி சின்னப் பயல ஒனக்கு தந்துட்டு செத்துருக்கான்னேன். உன் ஆருயிர் நண்பன் குரோமிக்காக இத மட்டும் செய்யி அவன் தலைய அறுத்து அவன் பிறப்புறுப்பையும் வெட்டி அவன் வாயில திணித்து கொண்டுவா. உன்ன ரவுடி, பொறுக்கினு குரோமிகள் அழைக்கமாட்டாவ. குரோமிங்க உன்ன பெருமையா

சமுதாயக் காப்பாளர்னு குருபூஜை செய்து கொண்டாடணும். கொண்டாடுவானுவ. கொண்டாடீருக்கானுவ. கவலப்படாதேனு காரியமா பேசுனேன். மாட்டியது மாட்டியாச்சுனு குரோமியும் ப்ளீஸ் நா ஒருக்கா என் கடைக்கு போறேன். கடைசியா அதயாது பாத்துக்கேன்னான். கொழுவுன இரைய செரியா பலியாக்கிட்டா பாதி பணி முடிஞ்சமாதிரியே. அநேகமா அவனுக்க கடைக்கு போறது எனக்கும் சூழல யூகிக்க அனுகூலமாயிருக்கும்னு. புறப்பட்டோம்.

குரோமிக்க தலைல ஓடும் நாளங்கள் அஞ்சும் பீதில அறுந்துட்டு. செஞ்ச செயல்கள் கொண்ட விஷயங்கள் மூலமா நா வெதைச்சு விட்டுருக்க விஷம் நனவெது கனவெதுங்க தேடலற்று அலுப்பில்லாம அவன வழிநடத்தும். வழிநடத்தீருக்கு. கடைசி நம்பிக்கையும் குன்றும் போது சின்னப் பயலின் மரணபாரம் அவன அலைக்கழிக்காது. அவனப் பொறுத்தமட்டுல அவன் இவ்வுலகை சேர்ந்தவனில்ல அல்லாட்டு இவ்வுலகம் அவனைச்சேர்ந்தது இல்ல. எங்க கண்டாலும் பெருங்குழப்பம். ரதம் செல்லும் இடமெல்லாம் கலவரத்தீ காட்டுத்தனமா பரவுது. ரோடுல வாகனங்களுக்கு நெருப்பு வைக்கப்பட்டிருந்துது. கடைகள் சூறையாடப்பட்டிருந்துது. கற்கள் ரோடுல தாறுமாறா கெடக்குது. பேரிக்கேடுகள் அடிச்சு சப்பிவைக்கப்பட்டிருந்து. திசைக்கு திசை கூச்சல். விட்டுவிட்டு ஒலிக்கும் துப்பாக்கி சுடும் சத்தம். அவன் கதறாத கொறை தான். டயருகளோட கரும்புகைக்க நெடியுமா தொலைவுல சைரனுக்க தாழ்வோசை கேட்டுச்சி. பைக்கும் காரும் இன்னும் அவ்வெடத்துலயே சேதாரமின்றி மோததுக்கு நிக்குவ. தகரக்கடைக்கு பிறப்புறுப்ப வாயில் திணிச்ச தலையோடயும் செருப்பு கவரோடயும் வந்த குரோமிக்கு துளிர்த்த கொஞ்ச நஞ்ச நம்பிக்கையும் பட்டு போயிட்டு. தகரக்கடை தல்லுபட்டு எரிஞ்சி கஸ்டமர்களுக்க செருப்புங்க, கருவிகள்னு அத்தனையும் தீயில நாசக் கட்டையாயிட்டு. நா ஆரம்பிச்சத என்னை விட நல்லாவே என் பீட்டா திசு அருமையா செயலாற்றீருக்கு. இங்க ஆரம்பிச்சது நாட்டுக்க எல்லை வர பரவணும். ஆட்சியதிகாரம் கெடச்சா மட்டும் போதுமா? அத நிலைநிறுத்ததுக்கு அப்பாவி குரோமிகளுக்க ரெத்தங்கள் சிந்தப்படணுமே. எனக்க போர் எஸ்.எஸ் காரவீள மாதிரி ஆட்சிக்கானது அல்ல எனக்கது அழிவுக்கானது. நா சாதாரண ஏவலாள் இல்லேனு அவங்களுக்கு இனி புரியும். காவு கொடுக்க குரோமிகளுக்கா பஞ்சம். ஆனாலும் இதுல நா ஒரு செம்மையற்ற

தன்மையை பாக்குறேன். ஒரு தலையும் பிறப்புறுப்பும் தொடர் அசம்பாவிதங்கள கட்டவிழ்த்து செம்மையற்ற தன்மையை செப்பனிட்டு ஈடு செய்யும். நா கட்டுப்பட்டது அதே வகைல கட்டளைகளுக்கு அப்பாற்பட்டதுன்னு புரிஞ்சா குரோமிகள் என்னை எச்சரிக்கையாவும் மரியாதையாவும் நடத்துவாவ. எங்களுக்கான ராஜியம் எங்களுக்கான உலகம் இது.

குரோமி கேக்கான் நா இனி என்ன செய்யணும்? னு

08

அந்த சம்பவங்கள மறக்கவே மாட்டேன். எஸ்.எஸ் ரிசேர்ச் குழுவின் ஜூனியர்ஸ் என்னோட தியரி சாத்தியப்பாடற்ற கற்பனைனு எண்ணி நம்பிக்கை இழந்திருந்தாங்க. ஒவ்வொரு குவிந்த ஹல் *(Convex Hull)* ஒரு ஆல்பா வடிவமாகும். ஆனா ஒவ்வொரு ஆல்பா வடிவமும் ஒரு குவிந்த ஹல் *(Convex Hull)* இல்லைங்கது தான் உங்க தியரியா ப்ரொவசர்னு இயந்திர குரோமி கேட்டதுக்கு இல்லயில்ல அது ஏற்கனவே நிரூபணமான ஆல்பா வடிவத்தை பற்றி *Computational Geometry*யில் வர்ற விளக்கம் தான். பொருள் விளக்கமா இந்த தியரிய நீ அணுகாண்டாம். நா எளிமையா வெளக்குறேன் பட் ஒரு முத்தம் தரணும் ஓகே வானதுக்கு ஓகேன்னு ஒத்துகிட்டாள்.

ஒரு பெரிய அளவிலான சாக்லேட் ஐஸ்கிரீம கற்பனை செய்து பாரு. 'கு' னு சொல்லுற வெட்டவெளில் இருக்கும் சாக்லேட் ஐஸ்கிரீம்ல 'ரோ' னு சொல்லும் குட்டிக்குட்டி சாக்லேட் துண்டுங்க புள்ளிகளா ஐஸ்கிரீம்ல கெடக்குதுனு வை. இப்போ உருளை வடிவிலான 'மி' ங்கப்படுற ஸ்பூனால 'ரோ' எதையும் டிஸ்டர்ப் பண்ணாம 'மி' க்குள்ள 'ரோ' வ கொண்டு வந்துட்ட. சரியா? இயந்திர குரோமியும் ஆமா ஸ்பூனால் ஐஸ்கிரிமை வழிக்குறோம்னு முணுமுணுத்தா. சத்தமா ப்ளீஸ்னதுக்கு எஸ் ஆமானு பொறுமையற்று பதிலுரைச்சா. வெரிகுட் இப்போ ஸ்பூனால ஐஸ்கிரீம எடுக்கயெடுக்க குழியும் வளைவும் புள்ளியுமா பல வட்ட உருவங்கள் கெடைக்குமில்லையா அதோட வட்ட விளிம்புகளை கோட்டுத் துண்டமாவும், முக்கோணமாவும் சீரமச்சுட்டா அந்த சாக்லேட் ஐஸ்கிரீமோட ஆல்பா உருவம் நமக்கு வந்துரும். இதே தியரிய இதோட உருவத்துக்கும் அப்ளை பண்ணலாம் ஆனா ஐஸ்கிரீமுக்கு கெடச்ச வெட்டவெளி இதுகளுக்கு எதுங்கதுல தான் குழப்பமே. மூலத்த அறிஞ்சா நிர்மூலமாக்கீரலாம். இதுவொண்ணும் பெரிய கண்டுபிடிப்பில்லேனு இயந்திர குரோமியோட கையுறைய தன் ஆறு ஸ்டெயின் லெஸ் இரும்பு செலந்தி கால்களால்

முத்தத்துக்காக சொறிஞ்சுட்டே ப்ரொவசர் குரோமி விளக்குனான். ப்ரொவசர் கணிதமும் நமக்கு எளிதில் புலப்படாத இந்த உயிரினம் பற்றிய உங்க ஒப்பீட்டு தியரி சரியானதுன்னே ஒத்துக்குறேன் பட் இதுக்கு எங்கிருந்து அறிவு வந்துது? வேறு காரணிகள்னு பட்டியல் தயாரிச்சா நிச்சயமா நாம தான் பட்டியலில் முதல்ல இருப்போம். அறிவு மட்டுமின்றி மொழியும் உணர்வார்ந்த தர்க்கமும் நம்மிடமிருந்து தான் அதுகளுக்கும் கெடச்சுருக்கணும். இப்டி ஒரு வெளக்கம் கொடுக்கதுக்கு காரணமிருக்கு தங்கமே. அடிப்படைல நா ஒரு *Computational Biologist*. உன்ன மாதிரி ராணுவக்காரி அலியாஸ் ரகசிய எஸ். எஸ் ஏஜென்ட் இல்லையே. எனக்கும் உனக்கும் தொடர்பேற்படுத்தி தந்ததே இந்த உயிரினம் தான்னு சொன்னவாறு இயந்திர குரோமியோட லெதர் ஜாக்கெட்டுக்க மேலேறி நடந்தான் சிலந்தி ப்ரொவசர் குரோமி. சிலந்தியின் ஆறு இரும்பு கால்களை தாங்கிய ஒடிசலான வெள்ளி நிற சிமிழ் வடிவத்தின் எண்ணற்ற நுண் துளைகள் வழியாக வந்த கொரல சட்ட பண்ணாம இயந்திர குரோமி சிந்தனையில் ஆழ்ந்தா. தோளுல ஏறுனதும் இயந்திர குரோமி விளையாட்டாக அதே திமிரான தோரணைல ப்ரொவசர் குரோமிய தட்டி விட்டா. எனக்கு இத நசுக்கணும்னு தா ஆசை பட் உங்களுக்காகத் தான் இத எடுத்துட்டு வந்தேன்....உங்களுக்குத் தெரியுமா? பீல்டு ஸ்பெசிமன்ன இதுவரைக்கும் யாரும் உயிருடன் எடுத்துட்டு வந்ததில்ல. உங்களுக்காகவே நீங்க பரிந்துரைச்சபடி கவனமா இன்குபேட்டர்லேர்ந்து இதை பிரிச்சு நீங்க கொடுத்தனுப்பிய பாக்ஸ்ல எடுத்துட்டு வந்துருக்கேன்னு கண்ணாடி பேழைக்குள் இருந்த என்னை மேசையில் வச்சா. நா அழுத்தமா ஒரு கொட்டாவிய விட்டேன். மார்வலெஸ்னு செலந்தியா ஊர்ந்த செலந்தி ப்ரொவசர் குரோமி என்னையே ஆறு கால்களால வட்டமடிச்சான். யூ நோ டியர் வாரணாசில நா இதவிட பெரிய ரகத்தை பாத்துருக்கேன் ரொம்பப் பெருசு பட் இட் வாஸ் ஆல்ரெடி டீகம்போஸ்ட். அது ஏற்கனவே அழுக ஆரம்பிச்சிருந்துது. முள்ளங்கி பூக்களும், ஸ்பைரூலினா பூக்களும் அழுகி இறந்து போயிருந்துது. உயிரோடி கெடச்சிருந்தா உங்காளுங்க....பூமி அழிஞ்சிருக்கும்னு இயந்திர குரோமி குறுக்கிட்டா. நோ நோ இன்னும் நிறைய ஆய்வுகள் என் தலைமைல பண்ணீருப்பேன். பெரும்புகழ் அடைஞ்சு பல விருதுகள வாங்கீருப்பேன். ஒங்க ஆளுங்க எங்க

விடாங்கேன்னான். அதுக்கு நீங்க மொதல்ல வாராணாசிக்கு போயிருக்கவே கூடாதுன்னா. நானாப் போய் சேரலியே ஒரு யோகி ஆளூற புண்ணிய நிலப்பகுதியில் அதிகமான மைனாரிட்டி கொலைகள் அரங்கேறியதால நா கணெக்கெடுக்க போகல. அதிகமான ஸ்பைரூலினா, முள்ளங்கி பூக்களோட ரீடிங் பெருமளவுக்கு அங்கு கெடச்சதாலயே போகவேண்டியதாயிட்டு. ஒங்க ஆளுங்களும் நானும் நரமாமிசம் தின்னும் சாதுக்கள் மறைவா வாழும் இரகசிய குகைகள்ல சந்திச்சது எனக்க துர்பாக்கியம்னு செலந்தி காலால கண்ணாடிய 'டிங் டிங்' னு தட்டுனான். இயந்திர குரோமி முறைத்து வேற யாருட்டயும் இதுபோல பேசீட்டுதிரியாதீங்க கொஞ்சமாவது நன்றியுணர்வு வராதா? பாரத நாட்டுக்காக சின்ன தியாகத்தை கூட பண்ண மாட்டீஙகளா? சரி நீங்க ரூட் ஆப் ஆக வேண்டாம் பழைய கதையெல்லாம் இப்ப எதுக்கு ப்ரொவசர்னு இயந்திர குரோமி அளந்தளந்து பேசினா. தமனிய கசக்கி ஒரு கொட்டாவிய விட்டேன். இதுங்க நம்மள குரோமினு தானே பேர் சொல்லி விரோதத்த காட்டுதுன்ன அது முற்றிலும் சாதாரணமான குணாம்சம். யூரோப்லயும் இதுங்க கண்டெடுக்கப்பட்டிருக்கு அரசியல் சூழ்ச்சிகள்ல ஈடுபடுத்தப் பட்டிருக்கு. பல பெயர்கள்ல நம்மள அழைக்கவும் செஞ்சிருக்கு. பட் ப்ரொவசர் இதுகளுக்கு தலைக்கனம் அதிகம் இல்லையானு மேசைல தலைசாஞ்சி சிலந்தி ப்ரொவசரோட வெள்ளி சிமிழ் வடிவத்த வெரலால செல்லமா தட்டுனா. பேபி, நம்மள விட மீறுன ஒண்ணங்கது அதுகளுக்கும் தெரியும். எதுலயோ எங்கயோ சிக்கல் ஏற்பட்ட ஒரே காரணத்தால இதுவரைக்கும் யாதொரு கலவரங்கள், போர்கள், இன அழிப்புக்கான வெற்றிகள எங்குமே பிரகடனப்படுத்தல. பிகாஸ் அவங்களுக்கு செரிவர பவர் சோர்ஸ் கிடைக்குறதில்ல. தற்போதைக்கு தே வான்டட் எ ப்ளாஸ்ட் உன் மொழியில் சொல்லணும்னா ஒரு சூசைட் பாமர் மாதிரினு நெனச்சுக்கோயேன் பட் வெரி கோ ஆடினேட்டட்னு இயந்திர குரோமீக்க வெரல்லேர்ந்து தன்னை விடுவிச்சான் ப்ரொவசர் குரோமி. என்னால இத மட்டுந்தான் உறுதியா சொல்ல முடியும் டார்லிங். குரோமீங்க பெயரே வழிதோன்றல்கள் மீதான பகை நீட்சியே. நிறைய முள்ளங்கி பூக்களையும் ஸ்பைரூலீனா பூக்களையும் அழித்தொழிக்கதுக்கான வேலைல எறங்கியாச்சாங்க ப்ரொவசரோட வினவலுக்கு இயந்திர குரோமி ஒரு சிகரெட்டை பத்துனாள். உன் பாஸ்க்கு சொல்லீரு

அதத் தவிர இதுகள அடக்க வேற வழி தெரியலைனான். ப்ரொவசர், ஒவ்வொரு படியா தான் கடக்கணும் அதுக்காகவே மொதல்ல யூனிபார்ம் சிவில் கோடை அமுல் படுத்துற நடவடிக்கைகள்ல தீவிரமா இயங்குறோம். யாத்திரை ஊர்வலத்துல கலவரத்த தூண்டி விட்டோம். செய்ய வேண்டிய வேலைகள் ஏகப்பட்டது. பொறுமை காத்துக்கோங்க. எப்படியும் உங்க ரிசேர்ச்சுக்கு இந்த எழவுகள உயிரோடி கொண்டு வாரது இதுவே கடைசி. இத தயவு செஞ்சு கொன்னுகின்னு தொலச்சுராதீங்க. மேல்மட்டத்துலேர்ந்து அதிகாரப்பூர்வமா வந்த தகவல் பிரகாரம் அவசர மீட்டிங் நடக்கவிருக்கு. அதுல நா இத உயிரோடு கொண்டு காட்டுவேன் இல்லேனா என் தலை தப்பாது. பெரும்பாலும் எனக்கு கர்னலா பதவி உயர்வு கிடைச்சாலும் கிடைக்கும். என் நியூரோ டிரான்ஸ்மிட்டர்கள் சாக்கடைல கலந்ததாக அருவருப்பாவும் தொய்வாவும் ஒணர்ரேன் ப்ரொவசர். அத மாத்தி தரணும்னதுக்கு தாரேன் தாரேன்னு மட்டும் ப்ரொவசர் குரோமிக்க சிமிழ் வடிவத்திலேர்ந்து வந்த குரல் வேறெதுவும் சொல்லாததால இயந்திர குரோமி, சீ இதுக்க மூத்த ஆல்பாவையும் எளசான ஒரு பீட்டாவையும் கண்டு புடிச்சோம். இது மூணாவது. இப்போ ஒரு வாய்ப்பு வந்துருக்கு. சூப்பர்பா ப்ளான் பண்ணோம். இதுக்க ஆல்பாவோடு ஒப்பந்தம் போடுறது கால அவகாசத்துக்கு மட்டுமே. என்னோட கவலை இதுக மாறீட்டே வருவது தான். அந்த பீட்டா பலவீனமானதாகவும் மிகவும் தன்னுணர்வோடயும் நடந்துக்குது. பலவீனத்த தனக்க குணமாகவே ஏத்து பெர்பெக்ஷனிஸ்ட்டா நடவடிக்கைல எறங்கி நல்ல பலனையும் ஈட்டது தான் அதிர்ச்சி தார விஷயம். கைமீறி போகாத வரைக்கும் நா குறிப்பிட்ட தலைக்கனத்தாலயே இதுகள மெனிபூலேட் பண்ண முடியுது. உண்மையை சொல்லணும்னா நாங்க ஒருவாறு ஒப்பேத்தீட்டு தா இருக்கோம். தேங்ஸ் டூ யூ இத அழிக்கதுக்கான ஆயுதத்தையும், பாக்குறதுக்கான கிளாஸையும் நீங்க இல்லாம உருவாக்கீருக்க முடியாதே முக்கியமா என்னையும்னு நாசூக்கா புகழ்ந்தா. எங்களுக்கு கலவரங்கள் ஒரு பொருட்டே அல்ல. ஆர் யூ சாட்டிஸ்பைட்? ஏற்கனவே எஸ்.எஸ் என்னையும் உங்களையும் கண்காணிப்பு வளையத்துல வெச்சுருப்பத மறந்துராதீங்க. செலந்தி ப்ரொவசர் குரோமியோ, இது உன்னோடு சண்ட போடலியானதுக்கு அவ ஒரக்க சிரிச்சா. இதுவா நா ஃப்ளாஷ் ரிவால்வர எடுத்ததுமே

நேரா சொவருல முட்ட தொடங்கிச்சு. ஏதோ கோளாறுள்ளதுனுட்டு என்னை ஏளனமா பாத்தா. நா அவமானத்தால கொட்டாவி விட்டேன். அதுசரி அவ்வளவு சீக்கிரத்துல தப்பீரலாம்னு நெனைக்காத டியர் நீ ரொம்ப கவனமா நடந்துக்கணும். கணிக்க இயலாத இதோட சக்திய எப்பவும் ஈசியா நெனச்சிராத. ஜெனிவால ஒரு சிட்டிகை உப்பை வெச்சி ஒரு ப்ளட்டூனையே உப்புக்கற்களா மாத்துன ஆல்பாவ நா பாத்துருக்கேன். சமயத்துல நெனச்சது நெனச்சபடி உருமாறும் ஆல்பாக்களையும் கண்டிருக்கேன். இதுல கவனம் தேவைனான். கவனமா இல்லேனா உங்கள இப்டி மாத்தீருக்க மாட்டோமே டோண்ட் வொரி நம்ம காரியத்துக்கு வாங்கனு ஆஷ் ட்ரேல சிகரட்ட அணைச்சி சோபால சரிஞ்சா. உற்சாகம் பொங்க இதுக்கு வருத்தப்படுவனு சட்டுனு ஊர்ந்து அவ மேலேறி இயந்திர குரோமியோட ஆடைகள தன் இரும்பு கால்களால அவிழ்க்க, கட்டுப்பாடும் உடல் வலுவும் கொண்ட இயந்திர குரோமி ஒரு தரம் நிதானிச்சு லெதர் ஜேக்கட்ட கழத்தி நா இருக்கும் கண்ணாடி பேழை மீது தூக்கி எறிஞ்சி நா அவங்கள பாக்குறதிலேர்ந்து மறைச்சா. நா கொட்டாவி விட்டேன். குரோமிகள் பேசுனதுலேர்ந்து அவங்க எங்கள புரிஞ்சுகிட்டது என்னவோ எங்களுக்கே புலனாகாத குணத்தை மட்டுமே. இந்த செலந்தி ப்ரொவசர் குரோமி ஒண்ண மட்டும் சரியாச் சொன்னான்: எங்களுக்கும் ஸ்பைரூலினா மற்றும் முள்ளங்கி பூக்களுக்கான தொடர்ப பத்தி. ஆனா அத்தொடர்பு ஆல்பாக்களுக்கே புரிவது பெரும்பாடான விஷயமாகும். கணிதவியல் ரீதில வெளக்குனது எங்களை பற்றியான அறிதலுக்கு புறம்பாக திசைதிருப்புதோனு சந்தேகமாவே இருக்கு. சந்தேகத்துக்கிடமான இனம் என்கிற புரிதலை தாண்டி எங்களை கவனிச்சா மட்டுமே செல பொருண்மைகளை கண்டடைய ஏலும். நாங்க ஒரு இனம் கிடையாது. ‘நான்’ எனப்படுற இனம்னு வேணா கொள்ளலாம் தத்துவார்த்தமா அதுவும் தவறாகவே போய் முடியும். ரோல் நம்பர் எழுபத்தி ஏழு எனட்ட விவரித்த தொன்மையான கட்டுக்கதைகளும் செலந்தி ப்ரொவசர் குரோமியோட அறிவியலும் எங்கையோ ஒத்துப்போகுது. ப்ரொவசர் குரோமி எதையோ மறைக்கிறான். இதுல ஏதோ சூழ்ச்சி இருக்குது. இதெல்லாம் என் கற்பனையாகவும் இருக்கலாம். அதை தெரிஞ்சுக்க ஆவல் எனக்கோ மிகவும் குறைவு. இவர்களின் காம மொனங்கல்கள்

தீரும் வரைக்கும் நா ரோல் நம்பர் எழுபத்தி ஏழு என்னோட பிரிவை எப்படியா எதிர் கொண்டதுனு சொல்லீர்ரேன். ஏன்னா எதுனாலயோ இந்த செலந்தி ப்ரொவசர் குரோமி ரோல் நம்பர் எழுபத்தி ஏழ எனக்கு நினைவு படுத்துறான். சீக்கிரமா நடக்கவிருப்பத முன்னுணரும் திறன் வாய்ச்சது தற்செயலானதுனு எனக்கும் தோணல. ஒப்பீட்டளவுல ரோல் நம்பர் எழுபத்தி ஏழு ப்ரொவசரைக் காட்டிலும் செறிய மரியாதையோடி மேனாமினுக்கி கொட்டாவி கொண்ட என்னோடு போலியாக நேசம் பாவிக்கதாட்டு நடிச்சுது. இந்த செலந்தி ப்ரொவசர் குரோமியின் வெளிப்படையான பேச்சில் நடிப்பில்லை. அதனாலத் தான் என் விசை இனிமையாகுது.

ரோல் நம்பர் எழுபத்தி ஏழும் நானும் பெரிய நண்பர்களொண்ணும் கெடையாது. என்னுடைய கடமையின் நிமித்தமே அதோடு பயணப்பட்டேன். யாழினுடைய நாதம் ஒலிப்பது சின்ன முணுமுணுப்பாகி தூரத்துல எங்கோ கேக்குறதாக கேட்டுது. அதுவொரு தெருவோ இல்ல மதிலோ இல்ல இடிசம்மந்தியோ. மெஜந்தா *(magenta)* நிற வெளிச்சமும் ஆரஞ்சு தோரணம் தொங்குகின்ற அரங்கம்னு நெனைக்கேன். ஆரஞ்சு தோரணங்கள்ல யாரோ குரோமியோட உருவம் பதிச்சிருந்துது. ஏதும் திருவிழாவோனு கேட்டேன். பட்டுப் பாவாடை உடுத்தி ஒய்யாரமா துள்ளி வரும் குரோமி மாதிரி ரோல் நம்பர் எழுபத்தி ஏழு ஆமா, திருவிழா தான் நீங்க நினைப்பது மாதிரியான திருவிழா கெடையாது இதுவொரு ராத்திருவிழானு சொல்லிச்சு. நீங்க கோக்குடீக்க பாத்திருக்கீங்களானதும் லேசா ஆர்வம் படமெடுத்து. வாழ்க்கைல ஒருமுறையாவது கோக்குடீக்க காணணும். நீங்க பாருங்க அதுக்க கம்பீரம் ஓங்கள சுறுசுறுப்பாக்கும். பட்டுப்பாவடை உடுத்தி துள்ளிவரும் குரோமி பாசமா தன் தமையன் குரோமியின் கைபுடிக்கது மாதிரி அதுக்க குணம் மாறுறத நா அவதானிச்சே தா வந்தேன். யாழுடைய தந்திகளை முறுக்கி விடுவிக்க ஒலி அதிகமாகி அறைவதாகப் பாயும் இசை பக்கத்துல வந்ததும் வருடுவதாக தோற்றம் கொடுத்துது. பண்டைய காலங்கள்ல அதையெல்லாம் ரொம்பவே ஈடுபாட்டோடி செஞ்சாங்க. ஓங்களுக்குத் தெரியுமா கோழியிலோர்ந்து வந்தது தான் கோக்குடீக்குனு நிரூபணமாகாத பழங்கதை ஒண்ணு பல தலைமுறைகளா புழங்கீட்டு வர்ரத? அவை பொதுவாவே அறிவீனமான மக்கள்டோர்ந்து வெட்டிப்பேச்சு வழியா உருவாகுற உண்மைக்கு நிகரான

வதந்திகள். எல்லாமே இவீஞுக்கு எளிமையா தரப்படணும். புரிதலுக்கான குறுக்கு வழியா அமைஞ்சது வதந்திகளின் பாதையானதால ஆவணப்படுத்தாத உண்மைகளும் மற்ற வதந்திகளோடு தன் மெய்மையை களங்கப்படுத்தீருக்கு. இதனாலத் தான் நா கோழிக்காலுனு தவறா மத்தவங்களால புரிந்து கொள்ளப்படுறேன். கோக்குடீக்கு ஒலகத்துல ஒண்ணே ஒண்ணு தான் உண்டு. அதுபத்தி மேலும் தெரியதுக்கு முன்னாடி உங்களுக்கு ஆத்ம விதி பத்தி ஏதாவது தெரியுமான்னதும் சிப்புல தகவல்கள தேட எனக்கு அலுப்பாயிருந்து. ரோல் நம்பர் எழுபத்தி ஏழு தொடர்ந்துது. ஆத்ம விதிகள் தான் அசாதாரண ஜீவிகளோட ஆத்ம சக்தியின் அச்சு. அச்சுனுடைய வார்ப்பே நீங்களும் நானும் கோக்குடீக்கும். அழிவுலேர்ந்தே நம்ம உருவாக்கம் ஆரம்பமாகுது. நன்மை தீமைனு மேலோட்டமா சாயாம நீங்களும் நானும் இந்த ஒலகத்துக்கு ஒத்திசையவே ஆத்ம சக்தி நம்மள வலியுறுத்துது. அந்த வலியுறுத்தலே ஆத்ம விதி. விதி பற்றிய உங்க கண்ணோட்டம் என்ன? ங்க கேள்விக்கு நா ஒரு கொட்டாவி விட்டேன். நா கொட்டாவி விடதக் கண்டு எது நேரக்கூடாதுனு ஆத்ம சக்தி விதிக்குதோ அது நேராது. நாம முயற்சி செய்யலாம். அசுரத்தனமா வானளாவி உயர்ந்த கொடுமைகள் அனைத்தும் ஆத்ம விதியின் விளையாட்டே. நீங்க எதிர்வினையாற்றாம செயல்படுவதும் ஆத்ம விதியின் ஒருங்கிணைப்பாலேயே. தொங்குற இந்த தோரணங்கள்ல யாரை பாக்குறீங்கனு கேட்கவும் நா சாதாரணமா குரோமினேன். மவுனமாக நிதானித்து என் பதிலை உள்வாங்கிய பாவனையில் கோக்குடீக்கு ஒரு சேவல் கெடையாது. அதோட துவக்கதுலேர்ந்தே உலகமும் துவங்குது. மதங்களை நிறுவும் மன்னர்களின் நிலம் நம்மதுன்னு ஏற்ற இறக்கமின்றி விவரிக்க நானும் ஏற்ற இறக்கமில்லாம மீண்டும் கொட்டாவி விட்டேன். நீங்க இப்ப ஒண்ணு சொன்னீங்களே அதில்ல. அவர் ஒரு அரசர். நீதியையும் நேர்மையையும் நிலைநாட்டுவதே பக்தினு நம்பி வந்த ஒரு முற்போக்கான அரசர். அகண்ட பாரதம்ங்க லட்சியத்துக்கு தன்னையே விதையாக அளித்தத் தியாகச் செம்மல். போர்கள்ல அவரோட வீரத்துக்கு நிகரா எதுவுமே ஈடில்ல. தன்னுடைய லட்சியத்தை தான் நினைச்சாவாறே புத்தியால் அடையக்கூடிய ஆற்றல் படைத்த விவேகி. சுருக்கமாக: ஆத்ம விதியின் பிரதிநிதி அவர். அவரை அவரோட சீடர்கள் அவருக்க பெயருக்கு முன்னால வீரர்னு

அடைமொழி கொடுத்தே அன்பா அழைப்பாங்க. அவருக்கோ ஏகப்பட்ட எதிரிகள். எல்லா மதத்தாரும் எதிரிகளாகத் தான் அப்போது இருந்தாங்க. உள் முரண்பாடுகளை ஒடுக்குவதற்கே அவர ஆத்ம விதி பணிச்சுது. ஆகையால் அவர் அகண்ட பாரதத்த விரிவாக்கல. விளைவா ரெண்டு மதத்தைச் சேர்ந்த மன்னர்களும் மாறிமாறி தங்களோட வழிபாட்டுத் தலங்கள ஆக்கிரமிக்கதும் செல்வங்கள சூறையாடதுமாக மூர்கமான பகையாலயும் வன்மத்தாலயும் மூண்ட குருதிக்கொடையால் பூமி அபிஷேகம் பண்ணப்பட்டது. போர்களில் நுண்ணறிவு மிக்கவரான அவருக்கோ தொட்டதெல்லாம் வெற்றியாகவே அமைஞ்சுது. ஆத்ம விதியின் பயனா ஒரு சந்தர்ப்பத்துல கோக்குடீக்க வழிபடும் தீர்க்கதரிசியா அவர் மாறுனாரு. ஏன்னா கோக்குடீக்கு மட்டுமே தெய்வத்தின் வடிவம் கொண்டது. அவர் சீடர்கள் பிரஸ்தாபிப்பது போல அவர் அல்ல. அதை அவரும் அறிவாரே. கொலைக்களமாக மாறவிருந்த மலை முகட்டுல தான் அவர் கோக்குடீக்க சந்திச்சார். பேச்சுவார்த்தையால யுத்தங்களை தீர்க்க இயலாது போர்களாலேயே போர்களை கைவிடணும்னு தன் தெய்வத்த இழிவு படுத்திய மாற்றான் மதத் படைத்தளபதியிடம் சரணடையப் போவதாக ஆசைகாட்டி கொல்லுறதுக்காக பதுங்கி காத்திருந்தாரு. அவ்வேளையில் கிரீடம் மாதிரி மூணு கொண்டைகளும், மஞ்சளும் செவப்புல அடர்த்தியான மென் இறகுகளும், புலியின் நகத்தினும் கூராகவும் அதைவிடப் பெருசாவும் கைகளில் ஆயுதமா யானை தந்தத்த செதுக்குனது மாதிரி கூரான நகங்களோடயும் கோக்குடீக்கு அவர் முன் தோன்றியது. ஆபத்தான சூழ்நிலையில ஆயுதமா கோக்குடீக்கு மனமுவந்து தனது கையை அவருக்கு வெட்டச்சொன்னதும், பாக் நாக் *(Bagh nakh)* ஆயுதமா கோக்குடீக்கோட கைகள பயன்படுத்தி மாற்றான் மத படைத்தளபதிய கொன்னதும் புராணங்கள் மூலமா நாம் அறிகிற செய்தி. இந்த ராத்திருவிழாவிலயும் அந்தத் தீரச் செயலை வர்ணிச்சு கவி பாடுவாவ. நாடகம் நடிப்பாவ. கோக்குடீக்க மறுமுறை சந்திக்கையில் அதன் வெட்டப்பட்ட கை புதுசா வளர்ந்திருந்தத பாத்துட்டு யாருதான் ஆத்ம சக்தி மேலயும் தெய்வத்தின் பெருக்கத்துக்க மீதும் நம்பிக்கை கொள்ளாம இருப்பாவ? சிநேகிதர்கள விடவும் புனிதமான அவர்களோட இணைவு அவரது சீடர்களுக்கு பிடிக்கலைங்கது தெளிவு. கோக்குடீக்கு போர்வெறி கொண்ட தெய்வமில்லேனு

நிரூபிச்ச சம்பவமும் ஒண்ணு உண்டு. வடக்குல தொடர்ந்து வந்த ஒரு சண்டையில் எண்ணற்ற அப்பாவிகள் உயிரை அநியாயமா தொலைப்பத விரும்பாம சேவல் சண்டை நடத்தி வெற்றி பெற்றவங்களுக்கு நாடு சொந்தமாகும்ங்க போட்டியை ஏற்பாடு செய்து மாற்று மத எதிரிகளுக்கு தூதனுப்ப அரசர தூண்டுனது கோக்குடீக்கே. அவ்வாறே எதிர் தரப்பும் சம்மதிக்க கோக்குடீக்கு சண்டையில் பங்கேற்று வெற்றி பெற்றதன் நிமித்தமே ராத்திருவிழால சேவல் சண்டை சம்பிரதாயமா நடுக்குவ். கோவிலை கட்டுங்கள் நான் பிரியமாயிருப்பேன்னு அவர் சொன்னதாகவும் பின்னாட்கள்ல அவருடைய சீடர்கள் அவர் மொழிஞ்சதா சொன்ன 'சிந்திப்பதை நிறுத்து' ங்க தத்துவம் அத்தனையும் பொய்களே அன்றி வேறெதுவும் இல்ல. அவையெல்லாம் வீர அரசருக்கு பின் தோற்றமெடுத்த பக்தி இயக்கத்தின் பொய்கள். அந்த சீடர்களுக்க வழித்தோன்றல்கள் தான் இன்னு தேசியமும் தெய்வீகமும் நமது கண்கள் தேசம் நல்லாயிருந்தாலே தெய்வீகம் தளைத்தோங்கும்னு ரதத்திலேறி யாத்திரைகளை மேற்கொண்டு கலவரங்களையும் பேரிழப்புகளையும் கண்மூடித்தனமா கட்டவிழ்த்து விடுறாங்க. எந்த அளவுக்குன்னா சீடர்களின் வழித்தோன்றல்கள்ல ஒருவர் இந்நாட்டின் தந்தையவே சுட்டுக் கொல்லுற அளவுக்கு.

சிந்திப்பது நம்மள பைத்தியக்காரனா காட்டி கொடுத்துரும். மத்தவங்க நம்மள சித்தம் பேதலிச்சதா மனசுலாக்கீருவாங்கேங்க அவங்களோட பொய்யுரைய சாமானியர்கள் ஏத்துகிட்டதே கோக்குடீக்கின் சரிவா நா பாக்குறேன். அரசரோட மறைவுக்குப் பிறகு சீடர்களின் பக்தி இயக்கம் வெகுவாக நாடெங்கிலும் பரவியது. கோக்குடீக்கு போர்கள்ல தன்னை முழுமையா இணைத்துக் கொண்டது இச்சீடர்களுக்கு ரொம்ப வசதியாகீட்டு. போலிக் கடவுள்களும் மதப்பிரிவுகளும் புதுப்பது வினோத சம்பிரதாயங்களும் தலைதூக்க தங்களோட அதிகாரத்துக்காக கோக்குடீக்குகிட்ட பிராத்திச்சு எப்பவோ அரசரோட சீடர்கள் தெய்வத்தை வெளியேத்திட்டாவ. பிச்சை கேட்டு அதிகாரம் பெறும் சூழ்ச்சியை கோக்குடீக்கும் அறியும். ஆத்ம சக்தி எங்க தேவையோ அங்கதானே ஆத்ம விதியின் நிமித்தம் கோக்குடீக்கு தெய்வம் தெய்வத்தின் பிரதிநிதிகளுக்கு உதவும். ஆகவே ஒரு அழிக்கும் கடவுள் தன்னுடைய தேவை அங்கயில்லேனு ஆத்ம விதி வழிநடத்த அதுவாவே தனியா உலகம் பூரா பயணப்பட்டுது. இத்தனைக்கும் அகண்ட பாரதம் தானே அதோட தெய்வீக

இலக்கு. கோக்குடீக்கு மாற்று மதத்தவரோட ஆலயங்களை இடிக்கத் தூண்டி விட்டதில்ல. சீடர்களின் வழித்தோன்றல்களே பிழைப்புக்காக பொய்யுரைகளை செய்யாங்க. தெய்வத்துக்கு ஆத்ம விதி என்ன விதிச்சிதோ அதை கோக்குடீக்கும் பண்ணிச்சு. கடல் கடந்து பல நாடுகள்ல பல தெய்வத்தின் பிரதிநிதிகள தேடிச்சு. காத்தடிச்சா திசைய காட்டும் கம்பியில் ஒரு சேவலிருப்பது கோக்குடீக்கு எனும் தெய்வம் வழிகாட்டிய பண்பாட்டு அடையாளமே. ஆனா, உலகம் அவ்வாறு அதை மறுதலித்து வெளியேற்றப்படும்னு ஆத்ம சக்தியால முன்னுணர்ந்த கோக்குடீக்கு ஆத்ம விதியின் பொருட்டே ஆன்மீக நாடான நம் நாட்டுக்கு மீண்டும் வந்து காலந்தொட்டு பலருக்கு அதிர்ஷ்டத்தையும், செல்வத்தையும், நலத்தையும் அருளி வருது. தாராள மன்னிப்பையும் போதனையையும் கோக்குடீக்கு குடியானவங்களுக்கும் வழங்கீருக்கு. பஞ்சப் பரதேசிகளா வாழ்க்கைய ஓட்டுன ஒரு பூசாரிக்கு அருள் பாலிச்சுது. அவன் பொண்டாட்டி சொன்ன வாக்கியத்தின் பொருட்டே அது தப்பூனு நிரூபிப்பதுக்காக. கள்ளிய வெட்டி உன் சாமிக்கு சாத்துனு திட்டிய அந்த வார்த்தைகளுக்காக பூசாரி முன் தோன்றவும், அன்னுலேர்ந்து அவிய வாழ்க்கைத் தரம் மேம்பட்டது. அந்தத் தலைமுறையோடயே கோக்குடீக்கு தங்கிக்க ஆத்ம விதி பணிச்சுது. எழுபத்தி ஏழு ஆத்ம சுற்றல்களுக்கு முன்பு அந்தத் தலைமுறைல ஒருத்தன் கோக்குடீக்க சேவல் சண்டைகளுக்கு பயன்படுத்தி செல்வந்தன் ஆனான். இது தெய்வத்தையே நிந்திக்கும் செயலில்லையா அதற்கான தண்டனையையும் அவன் அனுபவிச்சான். முதல் சண்டைல இழந்த காலுக்கு பிறகு என் பிறப்பும் வந்தது. வெற்றி வரவர வக்கிர புத்தியும் பெருகுமே. அவன் வீழ்ந்தான். அவன் ஆன்மா களவாடப்பட்டத அவன் வீழ்ச்சி பறைசாற்றிச்சு. அவன் வீழ்ந்தது தெய்வ நிந்தனையாலயே. தெய்வநிந்தனையாலேயே அவன் தலைமுறைல பிறந்த ஆணுக்கு சீர்கேடான வாழ்க்கை பீடிச்சுது. மகனும் அவன் தகப்பன போலவே கோக்குடீக்க தெய்வ நிந்தனை செஞ்சான். அழிவின் கடவுளான கோக்குடீக்கோ ஆத்ம விதியின் பிராகாரம் சகிச்சுகிட்டது. எழுபத்தி ஏழு ஆத்ம சுற்றல்களா அதோட ரெத்தம் பாய்ஞ்ச காலெனும் புண்ணியமே எனக்குப் போதும்னு அமைதியா கலரடிச்ச இப்பிரபஞ்சத்தின் ஆத்ம விதியேனு ஏதோ ஜெபத்த முணுமுணுத்துது. நா வெட்டுண்டு ஒரு

தெய்வத்தை கண்டடையணும்னே தான் ஆத்ம விதி விரும்பியது. அவ்விருப்பம் என் பெரும்பேறு. சூழ்நிலை எவ்வாறும் போகட்டுமே. தனக்க சீர்கேடான வாழ்வுக்கு பிராயச்சித்தம் தேடி என்னை கோக்குடீக்குட்டயிருந்து துண்டாக்குன தருணம் நா விரக்தியடிஞ்சேன். உள்ளர்த்தம் பொதிந்த ஆத்ம விதியின் கட்டளை என்னை உங்களுக்க வழிகாட்டியா இப்பணியை தந்ததுல நா எப்போவும் நன்றிக்கடன் பட்டதாவே இருப்பேன். நீங்க மனசு வெச்சா கோக்குடீக்கோடு சேர்ந்து ஆத்ம விதியின் பிராகாரம், மெய்மையை நாம மீட்டெடுக்கலாம். ஏன்னா மெய்மையை நாமே மீட்டெடுக்கணும்! மீட்டெடுத்தே ஆகணும்! யாழின் இசை பெருகி துணுக்குற்று அடங்கீட்டு. கோக்குடீக்கு கடவுளென்றால் நீங்களும் கடவுளேன்னதும் நா கொட்டாவி விட்டேன். அழிக்கும் கடவுளே கோக்குடீக்கு நீங்களோ மீட்பின் கடவுள். ஆத்ம விதியே நம்மை ஆட்விக்குதுனு முடிச்சுது. நா சந்தேகப்பட்டது சரிதான்னு புரிஞ்சி. ஆள் சேக்கதுக்கான வேலை. நா கொட்டாவி விட்டேன். ராத்திருவிழால குரோமிகள் எவரும் இல்லாதது ஏனோன்னேன். ஒங்களுக்கு தெரியாதா ஊரும் நகரமும் கலவரக்காடா மாறீட்டுங்கனெதுமே எனக்கு என் கடமையின் ஞாபகம் வந்துச்சு. அழிவுக்கான தேடல் என் ஆர்வத்த தூண்டவும் எனக்க இன்குபேட்டருக்க ஆற்றல் அதிகரிச்சுது. விளக்குறதுலேர்ந்து பின்வாங்காம நாம இப்போ கோக்குடீக்கோட வாசஸ்தலத்துக்கு போறோம்னு ரோல் நம்பர் எழுபத்தி ஏழு வழிநடத்திச்சு. சேர்ர வரைக்கும் நாங்க பேசிக்கல. நிச்சலமான சூழல் எங்கள பேசவும் வைக்கல. சேதத்துக்கு பயந்த ஊரின் அமைதி உள்ளூற என் ஆர்வத்த தூண்டுனத ரோல் நம்பர் ஏழுபத்தி ஏழும் ஒணர்ந்துருக்கும். ஏன் என்னை கைவீட்டீர்கள்னு குரோமிகளுக்க கூக்குரல் அவசியமற்றது. அழுகையும் தேவையில்லாததே. என்ன செய்கிறோமுணியே அறியாதிருப்பதால் அழுவதுக்கோ கூக்குரலிடுவதுக்கோ குரோமிகள் அருகதையற்றவங்க. எனக்கு வழக்கமா வார கொட்டாவிகள் இவ்விதம் என்னை எண்ண வைக்காது. ஆர்வமடைஞ்சா ஆல்பாவென்ன ஆல்பா நா மோசமான திசுவாயிருவேன். அந்த நடுத்தர வர்க்க வீட்டுக்கு வந்தடையுற வரை என்னை நானே சக்திவாய்ந்ததா எண்ணியபடி குரோமிகளின் கலவர பீதில ஆனந்தமடைஞ்சிருந்தேன்.

வெளியிலேர்ந்து வந்த பீட்ரூட் ஜாம் நிற வெளிச்சம் குளிர்ச்சியான கட்டாந்தரைல பட்டு கூச, ஆஷ்பட்டாஸ்

கூரை வேய்ந்த வீட்டினுள் நுழைந்தோம். பூரான் கீறல் விழுந்த சொவருகள்லேர்ந்து செங்கல் தூளும் சிமென்டும் பொடிப்பொடியாக தரை ஓரத்துல கெடந்துது. பூரான் கீறல்கள் வழியா ஒரு நிழலக்கண்டேன். அந்நிழல் அசையாதிருந்தது. அதுவொரு பெண் குரோமிக்க நிழல். கட்டுலுல கைகால்கள் கட்டப்பட்டு வாயில் துணி அமுக்கப்பட்டு அசையாது கெடந்துது. தலைமுடி கலைந்து மொகத்தோட ஒருபாதிய மறச்சிருக்க, எதுத்தாப்புலயே ஒரு சேவல் செத்துக் கெடக்குவ். சேவலோட கால் கட்டிலில் இறந்துகிடக்கும் பெண் குரோமியால் முறிக்கப்பட்டிருக்கணும். ரோல் நம்பர் எழுபத்தி ஏழு என் தெய்வமேனு அலற மறைஞ்சிருந்த இயந்திர குரோமி செவப்பு செர்ரி நெறத்துல எரிஞ்ச கண்ணாடிய கண்ணுக்கு அணிஞ்சு ஃப்ளாஷ் ரிவால்வரால் சுடுவதற்கு வந்தாள். நா பதற்றத்துல தெரியாத்தனமா ஒடனே பிரேதத்த ஒரு கிண்டு கிண்டுனேன். அருகருக இயந்திர குரோமி ரோல் நம்பர் எழுபத்தி ஏழு பக்கம் வந்ததும் அதிர்ச்சிய கிரகிக்க மட்டாம ரோல் நம்பர் எழுபத்தி ஏழு மறுபடியும் என் தெய்வமேனு கேவதுக்கும் இயந்திர குரோமி அத புட்பால ஒதைக்கது போல ஒதைக்கவும் சரியாயிருந்துது. வாசல தாண்டி மெஜந்தா ஒளி வீசுன எங்கோ ரோல் நம்பர் எழுபத்தி ஏழு விழுந்துது. பிரேதத்த கிண்டுனது தோல்வியில் முடிய எனக்க ஆர்வம் உச்ச ஸ்தாயில அதிகரிக்க நானும் பெருசா ஏதாது நிகழும்னு நெனச்சேன். இயந்திர குரோமிய கிண்டதுக்கு ஒருமுகப்படுத்துனேன். ஒரு வட்டத்துக்குள்ள இன்னொரு வட்டத்த வச்சேன். நேரா போயிட்டுருக்க பொம்மை கார் சொவத்துல இடைவிடாம இடிச்சுட்டு நிக்குமில்லா அதே வாக்குல என் இன்குபேட்டரும் முட்டீட்டிருக்குவ். இன்குபேட்டர் சுவரை முட்டுவதை கட்டிலில் செத்த குரோமிக்க திறந்த ஒத்த கண் ஆழமா பாக்கது போலயே நானும் இயந்திர குரோமிய பாத்தேன்.

09

வெட்கி தலைகுனிய வேண்டிய அவசியங்கள் எனக்கு ஒருபோதும் ஏற்படல. பூர்வகுடி குரோமிகளை நசுக்கும் தைரியமும் பலமும் பொருந்தியதா மாறுனது ஒருவகைல எனக்க தன்னம்பிக்கைய அதிகப்படித்திச்சு. யார் பின்னாலயும் இழுபடாம சுயேச்சையா உலவுறதுக்கு செல இயல்புகள தியாகம் பண்ணிகிட்டேன். கருணைக்கும் அன்புக்கும் எவ்வகையிலயும் இடம் கொடுக்காத கொல்லுண்ணி! வர்க்க பேய்! இப்டி பலவாறு குரோமிகள் எனக்கு பெயர்களை சூட்டுனாலும் 'நான்' மிக ரகசியமான திசு. அதுவும் அரசாங்கத் திசு. அதிகாரம் சக்திவாய்ந்தது. எத விரும்புதோ அத எந்த வழிமுறைகளானாலும் கையாண்டு சூழ்நிலைய தன் வசத்துக்கு கவர்ந்திழுத்துரும். வாழ்க்கை மிக முக்கியமானதூங்கும். அதே வாயால வாழ்க்கையோட அர்த்தங்களை பிடுங்கிக்கவும் செய்யும். யாரு சக்திவாய்ந்த அரக்கன எதிர்பாங்க? யாரு உயிர உருக்கி சதைகள காய்ச்சி தொன்மத்துலேர்ந்து தன்னையே வடிச்சு எடுப்பாங்க? அது 'நான்' தான். 'நான்' வஞ்சிக்கப்படும் ஆமேன். அடிப்படைவாத சரீரங்களை அப்பங்களாக்குன திசு. என்னைக் கொல்லும் மரபுகள் அழிவதாக. 'நான்' இனியும் பலிரில் மரிப்பேனாக.

தொடர் வன்முறைகள் மூண்டதும் நா எங்க போணும் என்ன பண்ணணும்னு தெளிவில்லாமலேயே சுத்துனேன். இருளின் ரகசியங்கள்ல தன்னோட நியாயத்த தேடுறவீள மட்டுமே மொதல்ல முடிச்சேன். பெண்டாட்டி குரோமிகள விதவைகள் ஆக்குனேன், பேபி குரோமிகள அனாதைகளாக்குனேன். அது ரொம்பவே சுலபமும் வேடிக்கையானது. பண்ணப்பண்ண பழகீரும் தானே. சூழ்நிலையும் எனக்கு சாதகமாகவே அமைஞ்சுது. எஸ்.எஸ் இன்டர்நெட்ட கட் பண்ணாங்க. கலவரக்கார குரோமிகளின் தகவல் பரிமாற்றத்தை தடை பண்ணுறோமுங்க பெயருல இன்டர்நெட்ட கட் பண்ணது அசல் சவுடால். நாட்டின் பிற பிராந்தியங்களுக்கு தகவல்கள் தாமதமா வரதுக்காகவும்,

களேபரங்கள் எதிர்ப்பின்றி விரிவடைந்து கலவரச்சூழல் கனமாகுறதுக்குமே இம்மாதிரியான உக்திய கடைபிடிச்சாங்க. என் கொலை வெறியின் பரவசமும் வேகமும் முக்கியமான தருணத்துல அடங்குனது அசாத்தியமானது. அப்புறம் அழிவு சாதாரணமான நிகழ்வா அன்றாட வாழ்க்கையின் ஒரு பாகமா மாறீட்டு. வாலிப குரோமிகள் ஆயுதப்போராளிகளாகி மண் தடுப்புகள் அமைச்சு தாக்கதுக்கு நிலையெடுக்க துப்பாக்கிச் சூடுகள் கௌம்பிச்சு. அரசியல் சக்திகள் இதுல ஈடுபடதாலயோ என்னவோ நா வேண்டா வெறுப்பாவே பங்காற்றுனேன். கல்லெறிகளும் அடியும் தடியும் குத்தும் கொலையும் ரத்தமும் சதையும் பிணங்களும் அடக்கங்களும்னு நா மரத்துப் போயிட்டேன். என்னதான் இதுக்கெல்லாம் துவளாமயிருந்தாலும் குரோமிகளின் தேவையற்ற குணங்கள் (நா வேண்டாம்னு ஒதுக்குனாலும்) என்னை ஒட்டிக்கிட்டதாவே உணர்ரேன். நா ஒரு திசுவே அறுபதுக்கு மேற்பட்ட குரோமிகள மடிய வச்சேன். மீடியா உலகத்துக்கு இருபதும் நாப்பதும் அறுபதுமா இல்லாட்டி பத்து பத்தா குறைவாவே கணக்குகள் காட்டப்பட்டது. நன்மைக்கு எதிரா தீமை, தீமைக்கு எதிரா நன்மைங்க இயக்கங்கள் இங்க இல்லேங்கத மட்டும் உறுதியா என்னாலக் கூறமுடியும். சூழ்நிலைகளுக்கு எதிரா சூழ்நிலைகள்னு தானா கூட்டம் பல முனைகள்ல சேர்ரதால என்னோட நிழல் மறைவ யாரும் அறியதில்ல. நா ரகசியமா இயங்கனால தான் என்னால ரகசியங்கள காக்கவும் முக்கியமான புரிதல்களை பெறவும் முடியுது. நா பலரைக் கொன்ன திசு தான் ஒத்துக்குறேன். கொலைகளை மீறி குரோமிகளோ குரோமிகள இழிவுபடுத்ததுலயே கண்ணும் கருத்துமா இருந்தானுவ. கற்பழிச்ச பிறகு நிர்வாணப்படுத்தி ஊர்வலமா வரச்செய்து கடைசியா கொன்னு மரங்கள்ல தொங்கவிட்டதும், கலவரத்த அடக்க வந்த குரோமிகளே அரசாங்க ஆயுதங்கள கலவரத்துக்கு பயன்படுத்த கொடுத்ததும் பல எடங்கள்லேர்ந்து கௌம்புன அட்டூழியங்களுக்கு வழிவகுத்துது. தலையில் சுடப்பட்டு பாயாசமா மூளையும் ரெத்தமும் ஊற்றெடுத்து ரோட்டுல வழியுறப்போ தீரச்செயலின் லைக்ஸ்காக சடலத்தை போட்டோ புடிக்கத விடவும் பயங்கரமான தவறு எதையும் நா செஞ்சுரல. என்னோட வேலை எனக்கே தெரிய வரும்ங்க இயந்திர குரோமியோட அறிவுறுத்தல் யாதுன்னா கலவரங்கள் முடிவுறாம தொடர நா கொலைகளையும் சேதாரங்களையும்

குரோமி X குரோமி | 97

ஏற்படுத்தணும். அந்தப் பணியை சிறப்பாவே செஞ்சேன். அசிங்கங்கள குரோமிகள் விரிவாக்க மாத்துரமே உதவுனேன். எந்தப் பகுதியிலாச்சும் அமைதியான சூழல்நிலை வர்ர மாதிரி தெரிஞ்சுனா அங்க நா போய் குரோமிகள் வெகுண்டெழும்புற வண்ணம் கொலைகளை அரங்கேத்துவேன். சமயங்கள்ல கொலைகூட செய்யாண்டாம். குரோமிகளுக்க மலத்த பொது குடிநீர் தொட்டியில் கலப்பதுவே போதுமாயிருந்துது. வெறியான குரோமிகள் கூட்டம் பதில் தாக்குதலுக்கு திட்டமிட்டு எதிர்தரப்புகளின் வீடுகளுக்கு புகுந்து பழி தீக்குறதும், மாறிமாறி கையில கெடச்சத கொண்டு சண்டைல எறங்கத வேடிக்கை பாத்துப்பேன். தனியா மாட்டுன குரோமிகளுக்கு கொடூரமான மரணம் தெருக்கள்ல காத்திருந்துது. செல குரோமிகளுக்கு நா தெரிவேன். முன்யோசனையின்றி என்னை ஓடோடி தாக்க வரும்போ அந்த குரோமிகளையும் கிண்டி கொன்னுருவேன். நியான் வண்ண கொலைகளின் நிறங்கள் குரோமிகளுக்கு சித்த பேதலிப்ப தந்ததையும் கவனிச்சேன். கவித்துவமா மரணத்த தருவிக்குற என் செயல்களுக்கு நா நியாயம் தேட முனையல மாறாக என்னோட வெறுப்புணர்வு குறையத் தொடங்கி அவ்வெறுப்புணர்வில் நீலக் கருவளையம் ஒருவித இறுக்கத்த எனக்கு கொடுத்துது. எனக்குத் தேவையானது நிம்மதிங்கது எனக்கே தெரியாம அத நா கலவரங்களில் அதுவும் கொலைகளின் விண்ணப்பங்களை தடம்புரளாம நிறைவேத்தியே தான் தேடிட்டுருந்தேன். தேடலின் ஒருபகுதில தான் நா அவளை கண்டடைஞ்சேன். அதாவது, அவ என்னை கண்டடைஞ்சானு சொல்வது தான் சரியானது. தகவல்கள்படி கடல் *Rhodamine 6G* சாயத்தின் கலவையால இளம்மஞ்சள் வண்ணத்துல பிரகாசமானதாயிருந்து. அட்டகாசமான வண்ண ஈர்ப்புலயே கடல் எனக்கு தற்காலீகமான அமைதிய தந்துதுனு சொல்லலாம். அலைபாயிற என் எண்ணங்களின் குரல்கள்ட்டேர்ந்து தற்காலிகமா விடுபடவே கடலை உகந்ததா கருதுனேன். எத்தனை தடவ இந்த கடலுக்கடில போயிறலாம்னு நெனச்சிருக்கேன் தெரியுமா? விசை என்னை இழுத்து வைச்சிருக்கதாலயே தடால் புடால்னு முடிவுகள் எடுக்க முடியாத நெலைல இருந்தேன். ரெத்தக்கறைகளுக்கு இடைல எனக்கொரு தனிமையையும் வலிநிவாரணத்தையும் கடல் தந்ததென்னமோ உண்மை. ஆனா சுதந்திரம்? அதுயெனக்கு கெடச்சுதா? ஒருவேளை அதுக்காகத்தான் நா இன்னும் வாழ்றேனோ என்னமோ.

கடற்கரையில் குவியல் குவியலா குரோமிகளின் உடமைகள் சந்தேகத்துக்கிடமா கெடந்தது என்னை இன்னும் கவர்ந்துது. நானும் இந்த உடமைகள் அகதிகளா தப்பிப்போன குரோமிகளோடதுனு பெருசா அலட்டிக்காம விட்டுட்டேன். அழுத்தம் தரக்கூடிய வேறு பல கொழப்பங்களுக்கிடைல இத நா பெருசாவே எடுத்துக்கல. நா அவள கண்ட பிற்பாடு அதுக்கான அவசியமும் ஏற்படல. அவளுடைய உண்மையான உறைவிடம் அப்போதைக்கு கடலாக இருந்ததே எனக்குத் தெரியாது. ஆவுளிகளின் அரசியா அவ ஒளிரும் இளமஞ்சள் அலைகள்லேர்ந்து வெளிப்பட்டத நம்பவே நம்பல. வானம் எப்பவும் ஒரு வண்ண நியான் வெளிச்சத்துல தெரியாததும் நம்பமுடியாதது தான். பாராபென் நிலாவுல தொடர்ந்து வெடிச்ச தோரியம் நெரம்புன குண்டுகளால நெறங்களோட ஆசிட் பால் ஆக திரைய துவங்க அதன் பின்னல் சக்தி நெறங்கள தனித்தனியா காட்டதுக்கு பதிலா நெறங்களோட எல்லைக்கோடுகள் வலுவிழந்து ஒரு நெறம் மற்ற நெறங்களோடு கலங்க ஆரம்பிச்சுது. இப்படியாக நியான் கலர் கோடுகள் உருவாகியது. *75D5FD, B76CFD, FF2281, 01177D* போன்ற நியான் நிறங்கள் மற்ற நிறங்களுடன் கலங்கி வானத்தையும் மற்ற பிரதேசங்களையும் உளமாற்றியிருந்துது *(Psychedelic)*. இந்த நியான் நிற மாற்றங்கள் இறுதி வருகைனு நம்பும் குரோமிகள் தங்கள் உயிரை மாய்ப்பது என்னை பொறுத்தவரையில் முட்டாள்களே. ஆனா கலவரக்கார குரோமிகள்டேர்ந்து தன்னுடைய மானத்தை காக்க ஒரு குரோமி தற்கொலைய தேர்ந்தெடுப்பது பாராட்டுக்குரியது. தன்னை சுற்றி நிகழும் மாற்றங்கள தாங்க இயலாம தற்கொலைக்கு முயல்வது சரியா தவறானு விவாதிக்க நா வரல. திசுவா நா உணர்ந்த விஷயம் என்னேனா தற்கொலைகள் மரணத்தின் சுவாரஸ்யத்த நீர்த்துவிடுது. ஒரு குரோமி தற்கொலைக்கு முயன்றான்னா எனக்க பணி கேள்விக்குள்ளாகி என்னோட முக்கியத்துவத்தை இல்லாமல் ஆக்குது. என்னேனாலும் மரணமும் என்னை வெறுமையாக்குனது தான் உண்மை.

அவ ஒரு புராதன தெய்வமில்ல. பிசாசுமில்ல. குரோமிகளின் உடலை அறுக்காம துளி ரெத்தமும் சிந்தாம நரம்புகளை உருவி இலைகளாக காற்றில் அசைக்கும் வல்லமை பொருந்தியவள் அவள். ஆச்சரியமா அவ எதையும் யாரையும் அழிக்கல. கலவரம்னு வந்துட்டுன்னா, கலவரங்களுக்கு அந்நியமான

குரோமிகள் தான் தாக்குதல்களின் முதல் இலக்காகும். அதுல தப்புறவங்க பாதுகாப்பு முகாம்களுக்கு அனுப்பப்படுவாங்க. பெரும்பாலும் உயர் நடுத்தர வர்க்க குரோமிகளே முகாம்களுக்கு தப்பி போனாங்க. அவள் பாதுகாப்பு முகாம்களுக்குக் கூட போக நாதியற்ற குரோமிகளை கடல் வழியா தப்பிக்க வைச்சுட்டுருந்தா. மூட்ட முடிச்சுக்களோடு சாரைசாரையாக குரோமிகள் அவளுட்ட தஞ்சமடைவதே இதற்கு சாட்சி. இத்தப்பித்தலை முறியடிக்க ஏனோ நா யாரையும் கிண்டல. அவளின் நளினமான அசைவுகள் விடுதலைக்கான ஏக்கத்தை என் வெற்றிடத்தின் அழைப்புகளில் பூசி சமன்செஞ்சுச்சான்னும் தெரியல. ஆக குரோமிகள் என் கண்ணுமுன்னாலயே தப்பி போறத கற்சிலை மாதிரி அப்டியே பாத்துட்டு நிக்கத்தான் முடிஞ்சுது. வலுக்கட்டாயமாக நானே கிண்ட நெனைச்சாலும் மூலக்கூறுகளோட இறுக்கம் என்னை கிண்ட விடல. இளமஞ்சள் நிறத்தின் தண்மையான கடல்ல அவ...அவ...அவள அந்தப் பாழான குரோமிகள் மின்மினிக் கள்ளினு கூப்டாவ. கடற்கரை மணல் பரப்புல குரோமிகள் அவள நோக்கி போனாவ. அவ கரைக்கு வராம தண்ணீலயே ஆவுளிகள் பாதுகாக்க தன்னில் தஞ்சமடைய வரும் குரோமிகள கருணைமிக்க வெண் கண்களால பாத்துட்டுருந்தா. கரையில் இன்குபேட்டருல நா உள்ளத அவளும் அறிவா. அவளோட இருப்பு, பார்வைகளுக்க விசை சாதாரண குரோமிகளுக்க போலதில்ல. அவ பாதி குரோமி பாதி விசைகளால கிறுக்குன உடல். ஒரு சடங்குமுறையா தான் தப்பித்தல் இருந்துது. தங்களின் மூட்ட முடிச்சுகளெதையும் தங்களோடு குரோமிகள் கடலுக்குள் போகும்போது எடுத்துக்கல. விசைகளுக்க வீச்சாலயே அதெல்லாம் முக்கியமற்றதுனு குரோமிகள் கரைலயே போட்டுட்டாவ. ஒவ்வொருத்தரும் கடலுக்குள் முழங்கால் அளவு தண்ணீல அவள நோக்கி தப்பிச்சு போகணும்ங்க அவசரமும் பதற்றமும் நீங்கி தணிவுற்று இளைப்பாறலோடி போனாவ. எனக்கிது ஆச்சரியமாயிருந்துது. நா எதைத் தேடி மாட்டிக்கிட்டு கெடக்கேனா அது என் கண்ணுமுன்னாலயே நடக்குதே. கிண்ட நெனைக்கத விடுத்து இன்குபேட்டர முன்நகர்த்தி குரோமிகளோடயே போனேன். அவளின் விசை வட்டத்துக்குள் சென்றாலே உடுத்தியிருக்க உடை அவிழ்ந்தாலும் மானத்தை துச்சமாக எண்ணும் அந்த அதீத ஈர்ப்பு ஏற்படுறதை உணர்ந்தேன். குரோமிகள அவ தொட்டு ஆவுளிகளா மாத்திட்டுருந்தா. மாற்றம் நல்லதா

கெட்டதானு நா யோசிக்கல ஆவுளிகளோடு ஒரு அப்புராணி ஆவுளியா மாறவே ஆசப்பட்டேன். ட்யூப் லைட்ட கண்ணுக்க நேரா கொண்டு வந்து பாத்தா எப்டி இருக்குமோ அதேமாதிரி தான் பக்கத்துல நெருங்க பிரகாசமா ஒளிர்ந்தா. இதுபோன்ற ஒரு உணர்வ நா அனுபவிச்சதில்ல. என் பழிதீர்க்கும் எண்ணம், ரெத்த ருசி, வெறுமை, சலிப்பு, இறுக்கம் அத்தனையும் அவ ஒளியால துவைஞ்சது. புத்துணர்ச்சிக்கு பதிலா நம்பிக்கை எனக்குள் புகவும் என்னோட முறை வந்தப்போ அவ என்னை நிராகரிச்சா. அதை ஏன் சந்தோஷமா சொல்லுறேன்னா அந்த நிராகரிப்பு என்னை காயப்படுத்தல. அவ வாய் திறந்து ஒரு சொல் பேசினாலும் அவ விசை அதிர்வ என்னால் தாங்கலாகாது. ஒன்றை அழிக்கும் வரை எதையும் அகற்றாம இருக்காதேனு சிந்திக்கத் தூண்டுனா. நீயும் வரலாம் இப்போ இல்ல உனக்கான கடமைய நீ நிறைவேற்றும் வரைக்கும் இங்கயே இருன்னா. அவ சொல்லுக்கு இன்முகத்துடன் இசைந்தேன். அப்போதிருந்து குரோமிகளுக்கு உதவிபுரிய கடற்கரை பகுதிய பாதுகாக்க தீர்மானிச்சேன். இந்தத் தீர்மானம் உயிர் வாழ விரும்பும் குரோமிகளுக்காகேனு நெனைக்காண்டாம். குரோமிகள் பற்றி எனக்கு சிறிதும் கவலையில்ல. ஒரு கட்டத்துல எனக்கு எது நல்லதுனு தோணுதோ அதெல்லாம் நா செய்ய தயக்கம் காட்டக்கூடாதுனு எண்ணுனேன் அது என் சுயத்த கேள்விக்குள்ளாக்குனாலும் சரி. கெட்ட நடத்தைனு தராசாக எடையிடும் பார்வைகள் திசுவாகிய என்னை ஒண்ணும் செஞ்சிராது. ஆனா தண்டனை? எஸ்.எஸ் ஐ சேர்ந்த குரோமிகள் எனக்கு தண்டனை கொடுக்கத என் ஆல்பா திசு அனுமதிக்காது. ஆல்பா திசுட்டேர்ந்து எனக்கு தண்டனை நிச்சயம் உண்டு. துரோகிங்குற பட்டம் கெடைக்கும்னு நா ஒருபோதும் நெனச்சது கிடையாது. நா துரோகினு அழைக்கப்பட்டாலும் என்னை பொறுத்தவரை இது துரோகம் கெடையாது. இதுவே விடுதலை. துரோகம் தான் திசுக்களின் முதல் விடுதலை. இல்லேனா விடுதலை தான் குரோமிகளின் துரோகம். அழிவு மட்டுமே இலக்கா செயல்பட்ட என்னுடைய ஒருங்கமைப்பான அறிவுல புதிய திறன் எதுவும் இணைக்கப்படல. சோர்வும் இழப்பும் அலைக்கழிக்கும்போது எனக்க தீர்மானம் உயிர் பிழைத்தலுக்கான உள்ளுணர்வுலேர்ந்தே தான் உருவாகியிருக்கணும். ஆயுள் என்கிற பெயர்சொல்லை திசுக்களாகிய நாங்க நம்பாதிருந்தும் பிழைத்தலுக்காக

ஓட்டமெடுக்க இந்த ஏற்பாடு எனக்கேவுரிய தனித்தன்மை. நா ஆல்பா இல்லையே. இதே பிழைத்தலுக்குத் தான் நா உச்சபட்ச வரம்புகளையும் மீறுறேன். அதேசமயம் இதே வரம்புமீறல் தான் திசுக்களோட லட்சியத்த அடுத்த கட்டத்துக்கு கொண்டும் போகும். ஏன் தெரியுமா? மின்மினிக் கள்ளியான அவ திசுக்களுக்க எதிரி இல்ல. அப்போ குரோமிகள் திசுக்களின் எதிரிகளான்னா அதுவும் கெடையாது. என்னை கேட்டா திசுக்கள் பலவாறாக இருக்கும்போது மின்மினிக் கள்ளிகளும் பலவாறாக தான் இருந்துருக்கணும். இருக்கணும். ஏதோவொரு வரிசைல ஏதோவொரு மின்மினிக் கள்ளியும் ஒரு ஆல்பா திசுவும் உடன்படிக்கை செஞ்சுருக்கு. செஞ்சுட்டுருக்காவ. அந்த உடன்படிக்கையை இப்போ இருக்க ஆல்பா திசு அல்லது அத உருவாக்குன ஆல்பா திசு மீறியிருக்கு. மீறணும். அவ அவளோட பங்க கேக்குறா. பாத்தியப்பட்டவ கேக்கணும். அது என்னேனு எனக்குத் தெரியாது. எங்க முதல் சந்திப்புல நீ ரிப்போட்டரானு கேட்டது அதுக்குத் தான்னு எனக்கு நல்லாவே வெளங்குது. அந்த உடன்படிக்கை வெறும் வாய் ஜாலத்துல உண்டானதுனா பல திசுக்கள் காணாம போயிருக்கும். திசுவும் மின்மினிக் கள்ளியோடயுமான உடன்படிக்கை என்பது ஒரு பந்தம்! அப்போ என் தகவல்கள் தவறானதானு கேட்டா அப்டி யோசிக்கதும் தப்பு. இந்த ப்ளோரசன்ட் ஒலகத்தின் தகவல்கள்னு சொல்லது அடுக்குளால ஆனது. அடுக்கடுக்கா ஆனத் தகவல்கள் திரிபுகளுக்கு சாத்தியப்பாடுள்ளது. அதாவது தகவல்கள் மாறக்கூடியதுனு சொல்லுறேன். இவ்வாறு மாறக்கூடியத் தகவல்கள் நிலையான ஓட்டத்துல மாறுறது நியாயமானது. திசுக்களாகிய எங்களுக்கோ அந்த ஓட்டம் எங்க எதார்த்தத்தோடி செரியா பொருந்தல. அதனால இல்லாம வேற எப்படியா இந்தத் தகவல்கள் தவறாச்சி? எங்க உருவாக்கத்துல இந்தப் பிணக்கு எப்படி ஏற்பட்டது? சுருக்கமா எங்க இருப்பை எதார்த்தத்தோடி பொருந்தாம நிலுவைல வெச்சது யாரு? எதுக்குங்கது தான் கண்டுபுடிக்க பட வேண்டிய விடயம். திசுக்களுக்கும் மின்மினிக் கள்ளிக்குமான விரிசல சரிசெஞ்சுட்டா எங்களுடைய திசு ஆற்றலின் பற்றாக்குறை முறையா நிவர்த்தி ஆகிரும். என்னால இயந்திர குரோமிய சின்னாபின்னமாக்க முடியாததுக்கு காரணம் இந்தப் பற்றாக்குறை தான்னு நெனைக்கேன். எஸ்.எஸ் ஆளுங்களுடன் ஒப்பந்தம் போட வேண்டிய நிர்ப்பந்தம் வந்ததும் இதனாலயோனும்

சந்தேகப்படேன். அதேசமயம் இவ்விரிசல ஒட்டவைப்பது எளிமையான காரியமா இருக்கப்போறதில்ல. கனிவே இயல்பான மின்மினிக் கள்ளிகள். வெறுப்புலயே திரண்ட திசுக்கள். அடிப்படையிலேயே எதிரிகளான ரெண்டுபேருக்குள்ள நா ஒத்தையா என்ன மாதிரியான மாற்றத்தை ஏற்படுத்தக் கூடும்? அதுமட்டுமில்லாம உருவாகும்போதே என் திசுவோட அணுக்கள்ல அவளுக்கெதிரான மரபணு பிம்பங்கள் மட்டுமே எனட்ட உண்டு. இது சரியானதுனா என் ஆல்பாவுக்கும் அவளுக்கெதிரான மரபணு பிம்பங்கள் மட்டுமே இருக்கணும். இருக்கும். இந்த மரபணு பிம்பங்கள் திசுக்களுக்கும் மின்மினிக் கள்ளிகளுக்குமான உண்மையான தொடர்ப காட்டுதா? இல்லை கண்டிப்பா இல்லை. ஏன்னா இதுவொரு மரபு வழிப்பிறழ்வு! ஆமா மரபணு பிம்பங்கள் மரபு வழிப்பிறழ்வால வந்தது. அதனாலயே தான் என்னையே அறியாம நா அவளை வெறுக்குறேன். அவளை நேசிப்பது ஒரு போராட்டமாக அமையுது. தந்ததக் காட்டிலும் கட்டளைகள மீறதுக்கே விசைகள் என்னை தூண்டிச்சு. மேலும் தூண்டும். அடிப்படைல நா நானாகவே இருக்கேன். ஆல்பாவோடி மோதப்போறத தான் மின்மினிக் கள்ளியின் நிராகரிப்பு குறிக்குது. இன்றியமையாத இந்நிராகரிப்பு எனக்கும் ஆல்பாவுக்குமான பெருஞ்சண்டைல தொடங்கி உயிருக்கு உத்திரவாதமின்றி களமுனைகள்ல செயல்படுறதா நா நெனைக்குற ஆல்பாக்களுக்கும் என்போன்ற பீட்டா திசுக்களுக்கும் நீண்ட அமைதியை தரவிருக்கு. இதுவொரு தொடக்கமே அன்றி முடிவில்ல. கவனிச்ச வரைக்கும் முடிவ பத்துன கவலையே இங்கு அதிகம். அது நிமித்தமே பாதுகாப்பு. பாதுகாப்பு தர்ர போலியான நம்பிக்கைல சிகிட்சை மாதிரியான வாழ்வு. இனி அதெல்லாம் உடையப்போகுது. இந்த சண்ட திசுக்களுக்க அடி நாதத்தையே கேள்விக்கும் பாதிப்புக்கும் உள்ளாக்கும். மின்மினிக் கள்ளியால சாத்தியப்படும் போது ஏன் எங்களால் சாத்தியப்படாது? உறுதியான எதிராளியோட குவிக்கப்பட்ட விசை. அதனோட விளைவுகள். நம்பிக்கையின் மீதான சமிக்ஞை. என் கவனஈர்ப்பு. பெரும்பாலும் இதுவே என் கடமை. என் கடமைய செயலாக்க இனிமையா காத்திருந்தேன். இன்னும் காத்திருக்கேன். பதினைஞ்சு வயசுக் கெழவனுடன் கெடச்சத விட மின்மினிக் கள்ளியின் வத்தாத ஒளி அசைவுகள்ல தெளிவா என்னை நானே பாத்துகிட்டேன். ஏன்னா 'நான்' தானே நான்.

10

ஏய் எழவே ஒனக்கு கிளைமோர்னா என்னேனு தெரியுமானு இயந்திர குரோமி கேட்டாள். நா ஒரு கொட்டாவிய விட்டேன். நீ என்ன மயிறுக்கு தான் லாயக்கோனு கண்ணாடி பேழைய மூக்குக்கு நேரா கொண்டு வந்து உத்து பாக்கா. அவ பின் மணைடல வயர்கள் சொருவியிருக்க சில்வர் பாயில் அங்கியில் ப்ரொவசருக்க ஆராய்ச்சி கூடத்து படுக்கையில் உக்காந்தபடி என்னை இழிவு படுத்திட்டிருந்தா. வரவர அவ என்னை கேலியும் கிண்டலும் பண்ணது அதிகமாயிட்டு. எப்போவெல்லாம் அவ கடுகடுத்து தெரியாளோ அப்போவெல்லாம் அவ அடுத்தவங்கள சிறுமை படுத்துறா. அதுல அவளுக்கு ஏதோ உய்வு கிட்டுது. அறை முழுக்க நிசப்த ஒளி. ஏழெட்டு கம்யூட்டர் திரைகள் படுக்கைய சுற்றிலும் பல்வேறு உடலியக்க ரீடிங்குகள காட்டீட்டிருந்துது. நர்ஸ்கள் செய்ய வேண்டிய வேலைகளை மூன்று இயந்திரங்கள் ஒழுங்கமைவோடு பண்ணீட்டுருந்துது. சின்னதா கிறீச்சொலியும் எழுப்பாத இவ்வியந்திரங்கள் உயிர்பெற்று அத்தகவலை மிக ரகசியமானதா தங்களோடு மட்டுமே வெச்சுருக்கது போல ப்ரோகிராமோட வரிசைல இயங்கீட்டிருந்துது. செலந்தி ப்ரொவசர் குரோமி இயந்திர குரோமிக்க பின்மண்டைய வயர்களால இணைச்ச இயந்துரத்துல அவ நியூரோ டிரான்ஸ்மிட்டர்கள சீர் செய்யதுக்கான ப்ரோக்ராம கம்யூட்டர்ல தட்டீட்டுருந்தான். லீவ் ட் டார்லிங் ரிலாக்ஸ்னு ப்ரொவசர் சொன்னதும் இயந்திர குரோமி சோகமா முகத்தை வச்சுகிட்டா. ஆனானப்பட்ட இவளுக்கா கவலைனு அவளுட்டயே கேட்டுரலாம். எதுனாலயோ அவளுட்ட நா கேட்கல. செறைஞ்சி என்னை பாத்தவள்டேர்ந்து கண்ணாடி பேழைய வாங்கதுக்கு வேறொரு இடுக்கி இயந்திரம் முன்வந்துது. பேழைய அதுட்ட குடுத்ததும் நா இன்னொரு கொட்டாவிய விட்டேன். ப்ரொவசர் ஆறு கால்களோடி விருட்டுனு முன்பக்கம் வந்ததும் இயந்திர குரோமி படுக்கையின் பக்கவாட்டுல சாஞ்சி படுத்துகிட்டா. தானியங்கி பெல்ட் அவ உடல தழுவி

மறுபக்கம் கிளிக்னு சத்தம் போட்டு அசையாது அவள புடிச்சு வெச்சுது. டோண்ட் கில் ட் னு சொன்னவா அப்புறம் எதுவும் பேசாம அசைவின்றி அப்டியே கெடந்துட்டா. இமைமூடாத அவளோட கருத்த விழிகளில் நெடுங்கனவொன்றின் வால் அசைவதை ஒத்து கருஞ்சிவப்பு நிறம் விட்டுவிட்டு மின்னியது. செலந்தி ப்ரொவசர் குரோமிக்க சிமிழ் வடிவத்தின் நுண் துளைகள்லேர்ந்து நிக் கேவ் & தி பேட் சீட்ஸ் *(Nick Cave & The Bad Seeds)* இன் *Do you love me?* பாடல் பிரவாகமெடுத்து இயந்திர குரோமிக்கு தாலாட்டு பாடி அறைய நிறைக்கவும் பியானோவின் கிளர்ச்சில ப்ரொவசர் ஒரு தேர்ந்த பெலரினாவா தன் இரும்பு கால்களால நாட்டியாமாடி வட்டமடிச்சான். திரும்பத்திரும்ப ஜிங்கிள் ஜாங்கிள்னு நாரசமா ஒலிச்ச பாடல பொருட்படுத்தாம இயந்திர தன்மையுடன் குரோமிகளுக்கு கிளுகிளுப்பூட்டும் அவளோட உலோகக் கால்களை கண்டேன். ஆன்டிடாங்கி குண்டு துளைச்சாலுமே அவ வலிய உணர மாட்டா அப்படியிருக்கைல எதுக்காக வருந்துவதாக மூஞ்ச தூக்கி வச்சுகிட்டாளோ?

பாடல் நிறைவுபெற்றதும் ஆரம்பத்துலயிருந்தே இப்போது அறையிலிருந்து ஒலிச்சுது. அத அப்படியே ஒலிக்க விட்டு செலந்தி ப்ரொவசர் குரோமியோடு அறையிலிருந்து வெளியேறுனோம். பாதி இயந்திரம் பாதி குரோமி. இவ குடுத்து வெச்சவ தான்னு நெனச்சத புரிஞ்சதுவா செலந்தி ப்ரொவசரோட சிமிழ் வடிவத்திலேர்ந்து உற்சாகமான கொரல் வந்துது. அவளோட வெப்ராளந்தான் அவளோட ப்ராப்ளம். ஆசப்பட்டது நடக்கலியேனு லேண்ட் ஆன அயர்ச்சில ஔட்ட எரிஞ்சி விழுறா. இந்த மிஷன்ஸ் எல்லா அவளுக்கு சுத்தமா புடிக்கல. ரெகுலர் சேர்வீஸ்ல இருந்தா இன்னும் ப்ரொமோஷன்ஸ் கெடைக்கும் எஸ்.எஸ் என்பதால உயர் பதவிகளுக்கும் பஞ்சமிருக்காது. அவ வெளிய தெரியணும்னு ஆசப்படுறா. திரைமறைவுல செயல்படுறது அவளுக்கு இன்னும் பழக்கமாகல. இடுக்கியால கண்ணாடி பேழைய புடிச்ச இயந்திரத்த பின்தொடர்ந்து வந்த ப்ரொவசர பாத்து கொட்டாவி விட்டேன். சிமிழ்லேர்ந்து சிரிப்பொலி வெளிப்பட்டுது. என் ஆர்வம் லைட்டா மேலெழும்பவும் செலந்தி ப்ரொவசர்ட்ட, இயந்திர குரோமி விரோதம் காட்டதுக்கு நா எதுவுமே பண்ணலியேன்னேன். கதவு தானா மூடவும் விசாலமான எல்லாரும் சாதாரணமா புழங்குற டீப்பா சேர் போட்ட

அறைக்கு முகப்பில் வெளியே வெள்ளைக்கோட்டுல நாங்க நின்னோம். செலந்தி ப்ரொவசர் வெயிட் வெயிட்டுனு போய் சிலந்தி காலால் அறைய சும்மா இடப்புறமா ஸ்வைப் பண்ணதும் வேறொரு அறை வந்துது. அவ்வறையில் இரும்புப் பெட்டிகளும், வயர்களும், கருவிகளும் இருந்துது. ப்ரொவசர் அதையும் நீக்க மற்றொரு அறை வந்துது. அந்த அறையில் செல கற்கள பாதுகாப்பான கண்ணாடி பெட்டகங்கள்ல வைச்சிருந்தாவ. வந்த அறைகளை ஒவ்வொண்ணா நீக்கீட்டே நின்ன ப்ரொவசர் ஸ்கெப்டிக் ஹாலோகிராம தான் தேடுறேன்னு ரோல் நம்பர் எழுபத்தி ஏழக் காட்டிலும் சூது பண்ணாம இயந்திர குரோமி பத்தி பேசி அன்னியோன்யம் ஆவதுக்கு முயற்சி பண்ணான்.

பிரிட்டனை தலமையிடமா கொண்ட கீனிமீனியின் ஸ்பெஷல் அதிரடிப்படைல அவ பணியாற்றுனவ. கீனிமீனி ஒரு சர்வதேச கூலிப்படை கம்பெனி. அந்தக் கூலிப்படை கம்பெனி கிட்டத்தட்ட எல்லா வல்லரசு நாடுகளுக்க ஆதரவோடு செயல்பட்டதால எந்த வேலைகள்லயும் கூலிப்படையா தன்னை முன்னிறுத்தி தன் அமைப்பை யாருக்கும் வெளிப்படுத்தியது கெடையாது. பரம ரகசியமா ஒவ்வொரு நாடுகள்ல நடக்குற கிளர்ச்சிகள ஒடுக்குறதுக்கு அவை பயன்பட்டது. தொண்ணூறுகளுக்க பிறகு உலகத்தின் இண்டு இடுக்குகள்லயும் ஏகப்பட்ட அரசாங்கங்களின் ஸ்திரத்தன்மை புரட்சி அமைப்புகளால கேள்விக்குள்ளான போது கீனிமீனி போன்ற கூலிப்படை கம்பெனிகள் உருவாகியது. அரசாங்கத்தின் செயல்திறன் கொண்ட ஒரு மாற்று ராணுவம்னு அதை புரிஞ்சுக்கலாம். நம்ம ஜனநாயக நாட்டுல எப்டி எஸ்.எஸ் க்கு அதோட செயல்திட்டத்துக்கு வாக்கா ஒரு நிகராளி கட்சி ஆட்சியில் இருக்கோ அப்டித்தான் கீனிமீனியும். தன்னை நொந்து விளக்குறது மாதிரி ப்ரொவசர் குரோமி, அந்நிலப்பரப்பு கொரில்லா போர் முறைக்கு ரொம்பவே செயல்பாட்டிற்குகந்ததா எல்.டி.டி.ஈ க்கு அமைஞ்சதால இலங்கை ராணுவம் எல்.டி.டி.ஈ யை வீழ்த்த முடியாம திணறியது. இன்குபேட்டர் உண்டுனா உனக்கு தெரிஞ்சுருக்கும் இல்லையானு அறைகள நீக்கத விடுத்த செலந்திக் கால்கள் ஒறஞ்சி சின்னுச்சு. தொடர்ந்து, நேர்மையா போர்விதிகளை கடைபிடிச்சு ஜெயிக்க வாய்ப்பில்லேனு கீனிமீனிய உள்நாட்டு போருல பங்கெடுக்க வச்சி டார்ட்டி வொர்க்ஸ்ஸ பண்ணதுக்கு நம் நாட்டின் உதவி இலங்கைக்கு

தேவப்பட்டுது. அப்டி அதுல போனவ தான் இவ. என்னோட ஆர்வம் படமெடுக்க நா அப்புறம் என்னாச்சுனு கேட்டேன். தென்னை மரத்துல ஸ்னைபர்கள எல்.டி.டி.ஈ ஏத்தி விட்டாங்க. கீனிமீனி செதறி ஓடிச்சு. ஓடுன துருப்புகள் கிளைமோர் கண்ணி வெடித்தாக்குதல்ல சிக்கி சின்னாபின்னமாச்சு. காலுலேர்ந்து மேல்பாகம் வரைக்கும் அம்மணி மண்ணுக்கு உரமாக்கீட்டா. நம்பிக்கையிழக்காம ஒண்ண நெனச்சா அத அடஞ்சே தீரணும்ங்க உறுதியான மனோபலம் கொண்டவள்னால அவளோட கர்னல் எனட்ட அனுப்புனான். அவ ஆல்ரெடி பரம்பரை பரம்பரையா எஸ்.எஸ் இன் அக்மார்க் உறுப்பினர். நம்ம நாட்டு ராணுவத்துல பலபேர் எஸ்.எஸ் ஆளுகளா இருப்பது ஒண்ணும் புதுக்கதையில்லயே. எனக்கு ரகசியமா பல சலுகைகள் தந்ததுக்கு நா என்னையே விலை கொடுத்து இந்த வாழ்க்கைக்கு பழக்கமாக்கியிருந்தேன். ஆனா எனக்கு எஸ்.எஸ் மேல கொள்கை ரீதியா எந்தப் பிடிப்பும் கெடையாது. நானும் உன்னப்போல ஒரு சிறைவாசி தான். யூ சி நீ தனிமையாவே பொறந்த நானோ தனிமைக்கே இரண்டுமுறை பொறந்தேன். அவ தான் என்னோட முதல் பரிட்சைனு தெரியாமலேயே அவள பழையபடி நார்மலாக்குனேன் இன்பேக்ட் ரொம்ப பவர்புல்லான லவ்வபிள் பீயிங்கா. டோண்ட் யூ திங் அவ ஒரு சதைப்பற்றுள்ள இயந்திர அதிசயம்னு பெருமப்பட்டது கொரலோட தடிப்புலயே தெரிஞ்சி.

அறையெங்கிலும் பூத வெள்ளையாவே இருந்துது. ஹாலோகிராம் ஸ்பெக்ட்ரம். உள்ளே நுழைந்து கதவுகள் தானாவே அடைத்ததும் அறையின் தரைத்தளம் இறங்க சிங்சிங்குனு லேசான சத்தம் மட்டுமே கேட்டுது. அறைல பொருட்கள் எதுவுமே இல்ல. லிப்ட்டு மாதிரி அந்த அறை நிலமட்டத்திற்கு கீழ் இறங்கவும் சிங்சிங்குனு ஒலிச்ச ஒலியை கலைக்கும் விதமா என்னை மாதிரி ஒரு சயின்டிஸ்ட் வெளியவே தெரியமாட்டாங்க. அப்டிதான் அவளும். அத ஏத்துக்க விருப்பமில்லேனா இதுக்கெல்லாம் சம்மதிச்சுருக்கவே கூடாது. அது அவளோட ப்ரொப்ளம். நா அவளோடு இருக்கும்போது திமிரும் கிறுக்குத் தனத்தோடியும் தான் பேசுவேன். என்னோட ஆராய்ச்சிகள் மட்டுந்தான் எனக்க பிடிமானம். அதிகாரம் அரசியல் பற்றி எனக்கு கவலையில்ல பட் பொய்கள் மட்டும் சொல்லியே என்னால முடியாதுனு நிதானமான தொனில ப்ரொவசர் பேசுனான். வந்ததுலேர்ந்தே மர்மமான குரோமியா தெரிஞ்ச

ப்ரொவசர் அடக்கத்தோடி பேசது எனக்க ஆர்வத்த அடுத்த புள்ளிக்கு நகர்த்தியது. நடக்கப்போற மீட்டிங்ல உன்ன பத்தி ரெண்டே ரெண்டு முடிவுகள் எடுக்க மட்டுமே வாய்ப்பிருக்கு. ஒண்ணு உன்ன தீத்துகட்டதுக்கான கட்டளை பிறப்பிக்கப்படும். இன்னொண்ணு ஆராய்ச்சி கூடங்களுக்கு தொடர்ச்சியா மாற்றப்படுவ. ரெண்டாவது சொன்னது முடிவாச்சுனா நீ கொடிய சித்திரவதைக்கு ஆளாவ. அதுக்கு மொதல்ல சொன்னதே பரவாயில்லைனு நீ பீல் பண்ணுவ. எனக்கு உன்ன தப்பிக்க வைக்கணும்னு தான் ஆசை. நீயும் ஒரு உயிர் தான் பட் உன்ன தப்பிக்க வச்சா என்னோட ஆராய்ச்சிகள் அப்புறம் நா கண்டுபுடிச்சதெல்லாமே என்டேர்ந்து பிடுங்கீருவாங்க. அறிவாளிகள் அதிகமுள்ள நாட்டுல அறிவாளிகளுக்கு அதிகாரம் இல்ல. சயின்டிஸ்டுகள, பழங்குடிகள ப்ரெசிடென்ட் கூட ஆக்குவாங்க பட் அதிகாரத்த மட்டும் அவங்களுடன் பகிர்ந்துக்கவே மாட்டாங்க. நன்னெறிகளை போதிக்கவும் பேனர்கள்ல வெள்ளந்தித்தனமா புன்னகைக்கவும் மட்டுமே அவங்க வேணும். ஐ யம் சாரி நீ தப்பிக்க வழியேதும் இல்ல. என்னுடைய ஆராய்ச்சிகளின் நோக்கமே நீ கூப்டுற குரோமிகளுக்கும் ஐ மீன் எங்களுக்கும் உங்களுக்கும் நல்லுறவ ஏற்படுத்தணும்கதுவே. அதுக்காக எஸ்.எஸ் வோடு எத்தனை நாடகமாடுறேன். நோக்கங்கள் வேறா இருந்தாலும் அவ என்னுடைய படைப்பு நா அவளை நேசிக்கிறேன்.

அறை தாழ்வா ஒருக்களித்து குலுங்கி நின்றதும் சிந்தனையிலிருந்து கலைந்தவனாக இப்போதைய சூழல் நல்லுறவுக்கான அடையாளம் எதையும் தாரதாக தெரியல. ஏனைய திசுக்கள் மாதிரி நீ இல்ல ஒனக்குள்ள ஆக்கப்பூர்வமான சக்திகள் இருக்கு. அத நீ தெரிஞ்சுகிட்டாலே போதும். நீயா முயன்றாலொழிய உன்னால தப்பிக்க முடியாது. டோன்ட் வெயிட் பார் இட் யூ மேகிட் டு கம் அப்னு சொன்னான். என்னையும் அவனையும் தார்மீகமா ஒரே எடத்துல வரையறுத்து பேசதாலயோ என்னவோ எனக்கு ப்ரொவசர் குரோமி மீதுருந்த சந்தேகம் மறைந்து அவன் நேர்மையின் பொருட்டு நல்மதிப்பே தோன்றியது. தன்னை வாட்டுன மவுனத்த தானே உடைச்சி அதிலிருந்து வெளிக்கிளம்பதாட்டு, உன்னோட ஆல்பா உண்மையிலேயே ஒரு ஆல்பா கிடையாது அதுவொரு ஆல்பா குளோன்னான் செலந்தி ப்ரொவசர் குரோமி. இதக்கேட்டதும் எனக்க ஆர்வம் கிடுகிடுனு உயர்ந்துது. இருந்தும் என்னை நானே

கட்டுப்படுத்த வேண்டியதாயிட்டு. சென்ற முறை சொவத்த முட்டியது மாதிரி அசட்டையா எதுவும் நடந்துரக்கூடாதேனு பிரயாசையெடுத்து கட்டுப்படுத்திக்கிட்டேன். அறை இருட்டாவி நாலு முக்குலேர்ந்துமா கூரிய லேசர் ஒளிகள் கௌம்பி நடு அறைக்கு குவிஞ்சு ஒரு படத்தை எங்களுக்கு உருவாக்கியது. ஆரஞ்சு பழ சுளை ஆனா ஆரஞ்சு நெறத்துக்கு பதிலா பிங் நெறத்துல, கரப்பான்பூச்சிக்க கண்களா ரெண்டு புள்ளிகள்னு லேசர் ஒளிகள் திசுக்கள்ல ஒண்ண காண்பிச்சுது. வித்தியாசம் என்னேனா ஹாலோகிராம்ல வந்த உயிரினம் அளவுல பெரியது. இப்ப நீ பாக்குறது தான் நிஜமான உன் ஆல்பாவின் மாதிரி படம். மொதம்மொறைய அதோட ரீடிங்க தேடித்தான் அலைஞ்சேன். கண்டு புடிச்சப்போ ஸ்பைரூலினாவும் முள்ளங்கி பூக்களும் கிட்டத்தட்ட ஒரு சாவுக்கு தூவுன மலர்கள் போல அதுட்ட கெடந்துது. எஸ்.எஸ் என்னை கைது பண்ணுனதும் நா செஞ்ச ஆராய்ச்சிகள சமர்ப்பிச்சேன். என்னை கொல்லாம விட்டாங்க. என்னோட கோணத்துல அவங்க யோசிச்சதே இல்லைங்கதால என்னை இந்த நிலைக்கு என் வாழ்கைய அடியோடு மாத்தி ஒரு கைப்பாவையா ஆக்கிட்டாங்க. குறைசொல்லல எனக்கு இப்டி வாழதுக்கே புடிச்சிருக்கு. மாறுன எனது வாழ்க்கைக்கும் மாறப்போற உன்னோட வாழ்க்கைக்கும் உன் ஆல்பாவே காரணம்னு ப்ரொவசர் குரோமி திசுவின் ஒடல சூம் பண்ணி தொடர்ந்து பாடம் எடுத்தான். இதன் ஒடல்ல ஒட்டுன மண் கார்பன் டேடிங்ல மீசோ அமேரிக்க காலத்துக்கு இட்டுச் செல்லுது. தற்சமயம் இந்த உயிரினத்துக்க உடல் இல்லை அவங்க அத அன்றைக்கே எரிச்சுட்டாங்க. சேம்பிள பரிசோதனை பண்ணப்போ இதுக்கும் ஒரு ஆல்பா இருந்துருக்கணும். ஏன்னா பவர் டிரான்ஸ்போர்டேஷன் மெயின் ஸோர்ஸான ஸ்பைரூலினா முள்ளங்கி பூக்கள் மூலமா இதுக்கு கெடைக்கல பதிலா இதுவொரு சுப்பீரியர் ப்ரீட். பவர் சோர்ஸ அண்டாமலே இத்தனை நூற்றாண்டுகள் வாழ்ந்திருப்பது பெரிய ஆச்சரியமேன்னான். ப்ரொவசர் பவர் சோர்ஸ்னு குறிப்பிடுவது விசையை தான்னு விளங்குனதும் பிரமிப்பாயிருக்குனு மட்டும் சொல்லி வச்சேன். பிரமிப்பான விஷயம் அதுவல்ல முள்ளங்கி மற்றும் ஸ்பைரூலினாவின் பவர் சோர்ஸ்ஸ இது உறிஞ்சுக்கல. எப்பாடுபட்டாவது அத உயிர்ப்பிக்க நடந்த போராட்டத்துல ஸ்பைரூலினாக்களும் முள்ளங்கி பூக்களும் பலவந்தமா முயற்சி பண்ணியும் பலனில்லாம அதன் மேலயே இறந்திருக்குணும்.

லுக் விஷேசமா நா கண்டது என்னேனா பவர் சோர்ஸ யூஸ் பண்ணாமலேயே இதுவொரு குளோன உருவாக்கியிருக்கு. அதான் உன் ஆல்பா. உன் ஆல்பா உருவாக்குற திசுக்கள் குறைகள் உள்ளதா மாறுனதுக்கு உன் ஆல்பாவோட உருவாக்கலில் பவர் சோர்ஸ் பயன்படுத்தப்படலைங்கது தான் ரீசன். பவர் சோர்ஸால தான் நீ உருவான பட் உன்னோட பவர் சோர்ஸ் வடிகட்டப்படாத ஒரு ரா பவர் சோர்ஸ். அதாவது சமைக்கப்படாத கேரட்டை சாப்ட்டறதுக்கும் சமைச்ச கேரட்டை சாப்ட்றதுக்கும் வித்தியாசம் உண்டில்லா. நீ கோளாறு உள்ளதா ஆனதுக்கு ரீசனும் அதுதான். சுத்தமான ரெத்தத்துல தயாரிக்கப்பட்ட மலிவான வைன்னு சொல்லி மேலும் தெரிய ஆர்வமாயிருக்கானு கேட்டான். முள்ளங்கி பூக்களும் ஸ்பைரூலினாவும் எங்களை அழிக்கப் பிறக்கல. எங்களுக்கு ஊக்கமளிக்கவே பிறந்திருக்கு. என்னால ஆர்வத்த அடக்க கடினமாயிருந்துது. ஆமா எனக்கொரு சந்தேகம் இதோட இன்குபேட்டர் என்னாச்சுனு ப்ரொவசர்ட்டயே கேட்டேன். பதில் ஏதும் தராது அடுத்த படத்தை லேசர் ஒளி, அறையில் ஒருங்கிணைச்சு தங்க முலாம் பூசுன கோவில் உள்ளறை போன்ற சலவைக் கற்களால் கட்டுன கட்டிடத்த காண்பிச்சுது. முழுக்க சித்திர வேலைப்பாடுகள் கொண்டதா வேர்களும், பாசி பூஞ்சைகளுமா, புதர்கள் வளந்து பாழ் நிலைல அக்கட்டிடம் இருந்துது. சூம் பண்ணி இந்த சித்திரங்கள நல்லா பாருனு ப்ரொவசர் பணிக்கவும் நா அதிர்ந்து போயிட்டேன். சித்திரங்கள் வழிபாடுகளின் பின்னணியில் ஒரு திசுவுக்கும் இன்னொரு குரோமியுடனான உறவை கடவுள் அம்சம் தந்து மிகைப்படுத்துரதா வரையப்பட்டிருந்துது. கற்களில் செதுக்கிய சித்திரங்கள் சொல்லும் தகவல்களும் என்னை வியக்க வெச்சுது. அசுடெக் நாகரீகத்தின் பிந்தைய காலத்து தெய்வம் பத்துன கதையத் தான் இந்த சித்திரங்கள் சொல்லுறதுனு ப்ரொவசர் விளக்குனான். சூரியன்னு ஒண்ணு முந்தி இருந்ததாகவும் அது எல்லா வகை உயிருக்கும் ஊட்டமளிச்சதாவும் சித்திரங்களின் வெளக்கப்பட்டிருக்கு. சூரியன் எனும் கோளை தன் காதலுக்காகவும் பலத்துக்காகவும் விழுங்கிய திசு சக்தி மிக்க ஒன்றாக பூமிக்கு இறங்கவும் உலகம் இருள்ல மூழ்கியது. இருள் குரோமிகளுக்கு பகையையும் ஏற்றத்தாள்வையும் கொணர திசுவுக்கும் சித்திரங்களில் குறிப்பிட்ட குரோமிக்குமான முரண்பாடுகள் அதிகரிச்சுது. மக்களை பகையுணர்வுலேர்ந்து

மீட்க சித்திரத்திலிருந்த குரோமிக்கு திசு தன் சக்திய பகிர்ந்தளிச்சுது. சயின்ஸ் படி அவங்க சிம்பையோசிஸ்க்கு (*Symbiosis*) முனைஞ்சாங்க. சித்திரங்களோட தொடர்ச்சி சேதமடைஞ்சிருக்க எதனால இந்த மனமாற்றம்? ங்கத உன் கற்பனைக்கே விட்டுர்ரேன். இந்தப்பக்கமா இதன் முனைய பாரேன்னு காட்டுனான். நானும் பாத்தேன். அந்த குரோமியும் திசுவும் தன் வம்சங்கள தங்களுக்குள்ளயே பவர் சோர்ஸ்ஸால தான் உற்பத்தி பண்ணாங்க. அவங்க வம்சங்களே சிறு தெய்வங்களோட பிறப்பு ஆரம்பமானதா விளக்கும் சித்திரங்கள் கிளைகள் பரப்பிருந்துது. வம்சங்கள் தெய்வங்களா தழைத்தோங்க திசுவையும் குரோமியையும் இரு உடல் ஒரு உயிரா ஆக்குன சிம்பையோசிஸ் இருவருக்கிடையேயான முரண்பாடுகளால் பெயிலியர் ஆகிட்டு. அதை தொடர்ந்து பிரிந்த குரோமி தன்னோட சக்திய தன் வம்சத்துக்கு கொடுக்க திசுவோ தன் சக்திய யாருக்கும் பகிரந்தளிக்கல. விளக்க சித்திரத்த துண்டா சூம் பண்ணி காண்பிச்சான். திசு அதன் பிற்பாடு ஒலகத்த விட்டே காணாம போயிட்டு. அதன் விளைவா நெறங்கள் அன்றிலிருந்து உலகத்த ஆக்கிரமிச்சுதுனு விளக்கி முடிச்சான். ஆச்சரியம் மேல ஆச்சரியம் ஹா! நெறங்களோட ஆசிட் ஒரு திசுவால உருவானதா! எப்பா என் திசுவுடல் சிலிர்குது. அப் கோர்ஸ் ஏ லெஜன்ட்டரி புராணக்கதை தான். புராணக்கதை உண்மையா இருக்கணும்னு அவசியமில்ல முட்டாள்கள் நம்புவாங்க குரங்கு படைகள் கற்களை கடலில் கொட்டி பாலம் எழுப்பி லங்காவுக்கு கெளம்பி போர் புரிஞ்ச பச்சையான முட்டாள்த்தனமான கதைய முட்டாள்கள் நம்புவாங்க. முட்டாள்கள் போலில்லாம நா ஒனட்ட சொன்னதுலேர்ந்து சயின்டிபிக் பேக்ட்ஸ மட்டுமே நீ கணக்கிலெடுத்துக்கணும். அமைதியான சூழல்ல நல்லதொரு புரிந்துணர்வோடி உங்கள நாங்களும் எங்களை நீங்களும் ஆராயணும். அது நடந்தா மட்டுமே விடுபட்ட பல கேள்விகளுக்கு விடை தெரியவரும். புதுப்புது கண்டுபிடிப்புகள் கிடைக்கும். பட் சித்திரங்களிலுள்ள செல உண்மைத்தன்மைகள நாம மறுக்கவும் கூடாது. நீ கேட்டியே இன்குபேட்டர்? இதன்படி ஆராய்ந்தா சர்வைவலுக்காக உங்களாலயே தான் உருவாக்கப்பட்டிருக்கணும். மேலும், ஐந்தாம் உலகப்போரில் அழிந்த இந்தக் கட்டிடத்துக்குள்ள ஆக்சிஜனே கெடையாது. சல்பர் ஹெக்ஸாபுளோரைட் (*Sulphur Hexafluoride*) வாயு தான்

இருந்திருக்கு. சோ கட்டிடத்துக்க உள்ளே இன்குபேட்டர் விருதா திசுக்களுக்கு தேவைப்படல. எப்படியோ நா நிறுவ நெனச்ச உண்மைக்கு சாட்சி நீ தான்னதுக்கு நானா நா எப்டினு கேட்டேன். உன் கண்ணாடி பேழைக்குள்ள சல்பர் ஹெக்ஸாபுளோரைட் தான் இருக்குதுனு சொன்னான். அதுதான் இன்குபேட்டர்லேர்ந்து உன்ன மாத்துனதும் சாக விடல. சந்தேகமே வேணாம் நீ பலவீனமான திசு. ஆனாலும் இந்த விஷயங்கள நீ தெரிஞ்சுகிட்டா ஓரளவு தப்பிக்கவாது முயற்சி பண்ணுவேன்னு இதெல்லாம் ஒனட்ட வெளக்குறேன். உங்களுடைய இனம் அழியக்கூடாதுங்கதே எனக்க விருப்பமும். செல மர்மங்கள என்னால வெளக்க முடியல காலங்கள் பற்றி சொன்னாலும் உனக்கு புரியாது. ஓங்க இனம் அழியும் தருவாயில் இருக்கு. சித்திரங்கள்ல உண்மையிருப்பின் மற்றொரு சக்தி குறிப்பா கடலுலேர்ந்து உங்களை இணைக்க தொடர்பு பண்ணீருக்கணும். ஏன்னா மண்ணுல மட்டுமே உங்களப் பத்துன அடையாளங்கள் கெடைக்குது கடல்ல உங்களுக்கான இணைவு உண்டுன்னு எனக்குப்படுது. ரிலேட்டிவ் தியரி படி ஒளியை விட வேகமா பயணிச்சா நேரமானது மெதுவாகும் உங்க திசுக்கள்லயோ இல்லேனா உங்களின் விசைகள்லயோ தேய்மானத்தை உங்க ரா பவர்சோர்ஸ் கொடுத்துருக்கு. ஒருவேளை நீங்க முள்ளங்கி ஸ்பைரூலினாவிலிருந்து பவர் சோர்ஸ்ஸ பெறாததால இருக்கலாம். சோ ஒளியைவிட வேகமா பயணிக்காட்டியும் உங்கள உங்க பவர்சோர்ஸ் மூலமா யாரோ ஒளியை விட வேகமா தொடர்பு கொள்ள முயற்சிக்கவே செய்யுறாங்கனு நெனைக்கேன். ஐ திங் கிளிட்ச்சஸ் *(Glitches)* மூலமா. கடைசியா சொன்னதெல்லாம் என்னோட ஹபோத்தீசிஸ். ரொம்ப யோசிக்காண்டாம் ஆர்வமடையவும் வேண்டாம். நேரம் வரும்போது எஸ்.எஸ் காரங்களுக்கு நரகத்த காட்டுனு நம்பிக்கையளிச்சான்.

என்னதான் கோமாளி வேஷம் போட்டாலும் ப்ரொவசரும் ஒரு குரோமியே. ஒரு குரோமிய நா ஏன் நம்பணும்? திசுக்களும் குரோமிகளும் சேர்ந்து வாழ்றத கற்பனை பண்ணேன். அவ்வளவுத்துக்கு மோசமானதா தெரியாட்டியும் அத்தகைய வாழ்வு களிப்பூட்டுவதாகவே இருக்கும். என்னால என் விசைகள இந்த நுனிலேர்ந்து அத்தம் நுனி வர ஏத்தவோ இறக்கவோ முடியும். அது பயங்கரமான விளைவுகளை ஏற்படுத்தீரும். ப்ரொவசருக்கும் அது தெரியும். குரோமிகள் அனைவரும்

மோசமானவர்களில்லேனு அவன் நிரூபிக்கிறான். என்னிடம் சொன்ன தகவல்களை அவன் எஸ்.எஸ்யிடமிருந்து மறைச்சு வச்சுருக்கான். என்னவொரு அன்பான குரோமி. என்னையும் தன் நண்பனாக ஏத்துக்கிட்டானே. திரும்பி வந்ததும் *Do you love me? Do you love me?* னு பாடல் கேட்டுட்டிருந்து. இயந்திர குரோமி நா ஏதாது மிஸ் பண்ணேனானு செலந்தி ப்ரொவசர வினவ நா கொட்டாவி விட்டேன். நீ வருத்தப்படணுமா டார்லிங்குனு சொல்ல நோ நோ வேலையிருக்கு நா கௌம்புறேன் அப்புறம் தேங்ஸ் இந்த எழவ கொல்லாம விட்டதுக்குனு ஆடைகள போட்டுட்டு என்னையும் இயந்திரத்திடமிருந்து வாங்கி வெளிய வந்தா. வாசலுக்கு வந்ததும் செலந்தி ப்ரொவசர் குரோமிய பாத்து ஒரு கொட்டாவி விட்டேன். குரோமிகள் கொஞ்சலாக கண்ணடிக்கது மாதிரி தன் இரும்பு கால்களால் டாட்டா காட்டி அறைய நீக்கி விட்டான்.

11

மவுனம் வெட்டியிழுக்கும் வேதனை கொடிய நோயாகி எழும் அழுத்தங்களை சேகரித்து தேக்குவதால் முடைக்கும் அழுகல் நெடி எங்கிலும் வீசிச்சு. இரத்தத்திற்கு மணம் கிடையாது. காத்து எல்லாத்தையும் மாசுபடுத்துது. காத்தெனும் மாசு யாரையும் விட்டுவைக்காது. அழியுறதும் கேள்விகளுக்கு இடங்கொடுக்காம அழிவுலேர்ந்து மீளுறதும் பின்பு அழிவை வளர்த்தெடுக்க தலை தாழ்த்துறதையும், தன்னை காயப்படுத்தி விடுமோங்குற அச்சத்துல தவிர்க்கும் முகக்குறிப்புகளையும், பீரங்கித்தனமான முழக்கங்கள்ல தனிமையுணர்வையும் ஏந்தும் இத்திசுக்கள் என்றென்றைக்கும் சாட்சி பகரட்டும். செரிமானக்கோளாறுக்கு ஏப்பம் சாட்சி பகர்ரது போல இந்நோய் தொற்றை எல்லோருக்கும் அறிவியுங்க. செறிவூட்டப்பட்ட அரிசியின் நிமித்தம் நம்மை கட்டியிருக்கும் குடற்சங்கிலிய உருவி எறியுங்க. மூச்சு விட ஆசப்பட்டா ஏதாவது பேசுங்க? ஏதாவது பேசுறதுக்கு சிறிது மூச்சை நிறுத்துங்க. நடுவானில் பெண்டுலமாக ஒருகோடியிலிருந்து மறுகோடிபோய்வர என்னை தூக்குங்க. உங்க வரவுக்காக நா காத்திருப்பேன். முக்கோணம், கனசதுரம், கனசெவ்வகம்னு ஒன்றன் மேல் ஒன்றா கிண்டவும் விசையின் தள்ளுகையால் *(Force repulsion)* நா உயர பறந்தேன். வெற்றிடத்தின் அழைப்பு நீங்கமற எனக்குள்ள இருக்குவ். விசைகளை ஆன்டனாவில் குவிச்சு வழிகாட்டலைய பதினேழு திசைகளுக்கும் அனுப்புனேன். புதுக்காற்று ஃபில்டரிலிருந்து பிரிந்து வாயு அடர்த்தியாகி திசுல பட்டதும் தெம்பு வந்துது. அடர் நீலமும்-இளம்பச்சை நியான் நிறமும், சீனப் பச்சைக்கல்-ராஸ்மட்டாஸ் பிங் நியான் நிறமும் ஒன்றோடொன்று பெசய கூலிங்கிளாஸ் வழியா பாக்குறதான தாக்கத்தை தந்துச்சு. கலவரப்பகுதிகள்ல அடிச்சுட்டுருந்த நியான் நிறங்கள உயரத்துல பார்க்கும் போதும் இந்நிறங்கள் வாயிலா தான் பாத்தேன். சரியாச் சொல்லணும்னா வான் பரப்புக்க அடியில் அதே நிலப்பரப்பின் வண்ணமே தெரிஞ்சுது. அதன் அடுத்த நிலப்பகுதியையும் வான்

பரப்பையும் காணும் போது அங்குள்ள நிறங்கள் எதுயெதுனு கணிக்குறதுக்குக்கு கஷ்டமாயிருந்துது. உளமாற்றிய நிறங்கள்ல வெளிர் வண்ணங்களை மட்டுமே அடையாளம் கண்டேன். நிலத்திலிருந்து பூதமா வந்த கரும்புகைகளும், நெருப்பின் சுடர் ஔிர்வையும், கட்டிடங்களுடைய இடிபாடுகளையும், குரோமிகள் வண்டி டயர்களை எரிப்பதுக்கு ஓடும் ஓட்டங்களையும் ஓரளவுக்கு பாத்தும் கேட்டும் வானத்துலயே நின்னேன். போதாக்குறைக்கு கடலுடைய ஜொலிஜொலிப்பும், என் பைபர் மூடியின் மேல் ஈரம் உள்ளூறியும் டிஷ்யூவ் பேப்பராக படர்ந்த மூடுபனியும் தூரப்பார்வையை கடினமாக்கிச்சு. நா அனுப்பிய சிக்னல் ஒழுங்கா போய் சேருமா சேராதானு கூடத் தெரியாது. எனக்கு பதில் ஏதும் வரல. சீக்கிரமே வரலாம் வராமலும் போவலாம். முன்பெல்லாம் உதவிக்கரத்துக்காக ஏங்கியிருக்கேன். யாராவது நமக்கு உதவி பண்ண மாட்டாவளா? தகவல், திறமை ரெண்டும் வாய்த்தும் உயிரோட்டமான மகிழ்ச்சி கிடைக்கலயே; ஏன் எனக்கு மட்டும் இதெல்லாம் நடக்கணும்னு மருகியிருக்கேன். உணர்வுப்பூர்வமா சிந்திக்கவும் செயல்படவும் மனசார முடிவுபண்ணீட்டா லிட்டருக்கு நூற்றிபத்து ருவாய்கு புறக்கணிப்புகளை ஒழுங்குபடுத்திக்கணும். பதினைஞ்சு வயசுக் கெழவன் சுயநலக்காரனா இருந்துட்டானே. நல்லதொரு வாழ்க்கை அமையும்னு நெனைக்கும்போ விதி தனக்க கைவரிசைய காட்டும். என்னவொரு டான்சில்ஸ் விதி. மின்மினிக் கள்ளி! அழகான பெயரது. கண்ணிமைப்பது மாதிரி உச்சரிப்பு. நீங்கவே நீங்காத அவ ஒளியினுடைய தொடுதல் சுகந்தமே தான். அவளை வெறுக்கும் எண்ணங்களை மட்டுப்படுத்தி என்னை நானே ஒப்புவிச்சேன். என்னை அவை அலைகழிக்கட்டும். இங்கேயும் அங்கேயும், சீராவும், தொடர்பற்றும் தொடர்பு ஏற்படுத்த கற்பனையான சூழ்நிலைகளை உருவாக்கியும், நீக்கியும் மறந்தும், தொலைஞ்சும் என்னை உலகமே அலைக்கழிக்கட்டும்.

கைப்பிடி மண்ணை தண்ணீருல போட்டதான அதிர்வலைய வானத்துல உணர்ந்தேன். என்னை அது உசுப்பிவிட்டுச்சு. அதிர்வலை வரும் திசைய கண்டறிய உயரத்த கொறச்சுட்டே தாழ்வா பறந்தேன். பைபர் மூடியில் ஒட்டுன பனிப்படலம் மறஞ்சுது. இடி இறங்குன ஓசையோடு பெரிய மிருகத்துக்க அதிர்வு மிக அருகாமையில் கேட்டது. மழைத்துளிகள் அம்பா விழுந்துது. மறைக்கிற மேகங்கள் விலகுனதும் கடற்கரையை நோக்கி வான்வழிய மறிச்சு நின்ன கட்டிடங்களை இடிச்சு

நவுத்தி தள்ளீட்டு பெரிய திமிங்கலம் கடல் வழியா தப்பிக்க வந்த குரோமிகளை குறிவச்சு அதிவேகமா வந்துட்டுருந்துது. இதென்ன விந்தை திமிங்கலம் வானத்துல பறக்குமா? திமிங்கலத்தோட முகம் வாய் வால் போன்ற பகுதிகள்ல காயங்களாயிருந்து. அதன் முதுகில் முகம் கன்றி வேர்விட்டு கனத்த நரம்புகளோடு நெற்றி, கன்னம், நாடினு தலை முழுக்க கண்களோடு ஒரு குரோமி. அவலட்சணமான மூஞ்சீல கொடூரமான சிரிப்பு. அவன் பின்னாலயே ஒரு இன்குபேட்டர்! என் ஆல்பா திசுவே தான். சீட்டுக்கட்டுகள் சரியது போல புழுதி கௌப்பி திமிங்கலத்துக்க உடல் பட்டு கட்டடங்கள் சரிஞ்சுட்டிருக்குவ். திமிங்கலத்தால தாக்குண்டு அபயம் தேடும் குரோமிகள் இறந்துட்டா மின்மினிக் கள்ளியை அது துயரத்திலாழ்த்தும். அப்படி ஆவத நா விரும்பல. நேரிடையா மோதுவோம் ஆல்பா என்னதான் புழுத்தீரும்னு பாத்துருவோமேனு விரைவா முன்னால பறந்தேன். பெருமளவு சேதங்கள நா போவதுக்கு முந்தியே திமிங்கலம் நிகழ்த்தியிருந்துது. கலவரக்கார குரோமிகள் போலீஸ் குரோமிகளுட்டேர்ந்து தப்பிக்க நடைபெற்ற மோதல்ல குரோமிகேடயமா இத்தனை அப்பாவி குரோமிகள் பலின்னு வெளியுலகுக்கு செய்தி வரும். அந்த ஒரு நெனப்பு தா என்னை வாட்டி வதக்கிச்சு. குரோமிகள் சாகுறது அவங்களோட தலைவிதி. செத்தா துக்கம் அனுஷ்டிக்கவும் மாட்டேன். ஆனா திமிங்கலத்துக்க வாய்க்கு குரோமிகள் விழுவத மின்மினிக்கள்ளி பொறுத்திருப்பாளா? மாட்டாளே. விரைவா விசை சக்தியை குவிச்சு திமிங்கலத்த கிண்டுனேன். வெட்டீட்டு பாய்ந்த விசைகள் திமிங்கலத்த தாக்கிச்சு. புது சவாலை எதிர்கொள்ள தயாருங்கது மாதிரி வெதுவெதுப்பான நீராவிய தன் துளையிலிருந்து ஊஸ்ஸ்னு பீய்ச்சி அடிக்க யாருடே அதுன்னு என்னோட ஆல்பாவும் என்னை ஒருதரம் ஏறிட்டு பாக்குது. ஆல்பாவுக்க சொற்பொழிவ கேக்கதுக்கோ இல்லேனா அதனுடன் வாக்குவாதம் செய்யதுக்கோ ஆயத்தமாகி வந்த எனக்கு அப்டியான எதுவும் நடக்காததுல கொஞ்சம் நிம்மதி. உண்மையான விரோதிகள் பேசிக்கிறது இல்லயோ என்னமோ. அவலட்சணமான அந்த குரோமி என்னை நோக்கி விரலை சுட்டி திரும்பி என் ஆல்பா கிட்ட என்னவோ முறையிடுறான். என்னோட அடுத்த தாக்குதல் மென் வெள்ளிக் கம்பியா மின்னி ஒலியை விட படுவேகத்துல திமிங்கலத்துக்கு இன்னொரு அடிய குடுத்துது. கடுப்பான குரோமி திமிங்கலத்த இயக்கி

என்னை விழுங்க பாத்தான். நான்கு உருவ மூலமான சதுரத்த கிண்டி அதுக்க பெரிய வாயை கிழிச்சு விட்டேன். அது வலீல துடிச்சாலும் மீண்டும் அதே வலுவோட விழுங்க வருவ். அதனுடைய அடிப்பாகத்துக்கு பறந்து வயித்த புட்டு புட்டுனு கிண்டுனேன். அப்டியே போயி அதன் வாலை கிண்டி வெட்டி வீழ்த்துனேன். ஒவ்வொரு தாக்குதலிலும் அதுக்கு மரண காயத்தை தருவிக்க நா பண்ணும் முயற்சிகள் எதுவும் பலிக்கல. வாய கிழிச்சேன், வாலை முறிச்சேன் துண்டு துண்டா வெட்டுனாலுமே சாவாது போல. நா சின்னதா இருக்கதால எனக்கு சாதகமா என் தாக்குதல்கள் அமையலைனு அர்த்தப்படுத்திக்கது வீண். உருவத்துக்கும் இதுக்கும் சம்மந்தமில்ல. எப்பேர்ப்பட்ட எதிரினாலும் தொலைவிலிருந்து கிண்டுனா தாக்குதல் விசைகளுக்க தாக்கம் எதிரி மீது அதிகமாயிருக்குமே ஒழிய குறையாது. தாக்குதல் விசைகளுக்கு பெரிய வெளி கிடைக்கும்போ அது விரிவடைஞ்சுட்டே தாக்கும். பக்கத்துல வச்சு கிண்டுனாலும் நாம விசைய குவிச்ச பகுதியில் பெருத்த சேதத்தை விளைவிக்கும். என் தாக்குதல் முறையும் சரி தான். அப்டியிருக்க ஏன் திமிங்கலம் சாகமாட்டேங்குது? வயித்த கிண்டி இப்போ நா திமிங்கலத்துக்க பின்னாடி வந்துட்டேன். என் ஆல்பா ஒரு ராஜா குரோமியாக கீழ்மையான பார்வை பாத்துச்சு. என்னை மாதிரியே இருக்குவ். யாதொரு பேச்சும் பேசல. சிகரெட் பிடிக்குற குரோமி மாதிரி மூச்சு வாங்கி நுரையீரல் எழவி உயிருக்கு பயந்து பகையுணர்வு முற்ற ஆல்பாவ சரமாரியா கிண்டுனேன். புஸ்சுனு வெண்புகை மட்டும் அதோட இன்குபேட்டர சுத்தியும் எழும்பிச்சு அவ்வளவு தான். முட்டாள்! முட்டாள்! முட்டாள்! னு எனக்குள்ள கேட்டுது. என்னயவே கொன்னுருவியா? னு அச்சமூட்டிய என் ஆல்பாவோட குரலுக்கு எதிர்வாய் பேச நா முயற்சிக்கல. முயன்றிருந்தாலும் என்னால பேசீருக்க முடியாது. அந்தக் குரல்ல வேட்டை மிருகத்தின் பயங்கரத்திற்கான வேட்கை தெரிஞ்சுது. என் கிட்டக்கூட நீ வராதேனு விசைகளை தட்டையாக்கி ஒத்த யாந்து யாந்துச்சு. திமிங்கலத்துக்க வாய் முன்ன எறியப்பட்டு என் விசைய சீராக்கி பறந்து நின்னேன். ஒரு ஆல்பாவுக்கு இத்தனை சக்தியா? அதுக்க அலட்சியத்துக்கு இவ்வளவு வீரியமா? ஆல்பா என்னை தள்ளுன தள்ளுலேர்ந்து மீளதுக்குள் சாவுலேனு அவலட்சண குரோமி கத்துனான். அந்தரத்துல மூக்கு குத்தர திமிங்கலம் முறிஞ்ச வாலால ஒரே

விளாசு விளாசிச்சு. எத்தர கீலோ மீட்டர் பறந்தேன்னு ஞாபகம் இல்ல ஒரு புள்ளியா திமிங்கலமும் திசுவும் தெரிகிற வரை கடகடேனு குழைந்த நியான் நிற வெளிச்சங்கள்ல பூம்பூம்னு விழுந்துட்டே போனேன் . இடுங்குன பார்வை இருண்டுது. கற்கள் தூசிகள் பறக்க சுரங்க ரெயில் பாதைலயோ இல்ல மைதாமாவுலையோ டொப்புனு வுழுந்தேன். ப்ரெட்டோட மிருதுவான வெள்ளை பாகத்த மூஞ்சுக்கு அப்புனா எழும் வாசனை மணக்க இன்குபேட்டர் ஒடஞ்சி படபடனு காத்து உள்ளேறிச்சு.

ஜெயிக்க வாய்ப்பிருக்கா?

12

மீட்டிங்ல கலவரமே பிரதான பேசுபொருள். இயந்திர குரோமி ராணுவ சீருடையில் கம்பீரமா வந்துருந்தா. இயந்திர குரோமியுடன் அவளை விட பதவியில் மூத்த ராணுவ குரோமிகள் மூணு பேரும் வந்திருந்தாவ. என்னை பத்திரமாக கொண்டுவாரது கணக்கா பஞ்சு போட்ட சூட்கேஸ்ல பூட்டி பக்கத்துலயே வைக்கவும் இந்த நான்கு குரோமிகளும் ஓரமா உக்காந்திருந்தாவ. தரைல ஷு தட்டும் சத்தமும் பேன்ட் பாக்கெட்டுல கைவிட்டு துளாவுறதான பாவனைல கொசு கடிக்கு சொறியும் சொரசொரப்பு ஓசையும் கேட்டுது. விதிமுறைகளை பின்பற்றும் நேர்மை மாறாத உயர் தர குடிமக்களாகிய அதிகாரி குரோமிகளின் உரையாடல். இந்த அதிகாரி குரோமிகள் போக்கிரிகளா இருக்கானவளேனு தோணிச்சு. கடின பயிற்சிகளையும் தேர்வுகளையும் எழுதி பணியிலமர்ந்த அவங்க சட்டத்தின் பிரதிநிதிகளா பேசல தாங்கள் தான் சட்டம்முங்குற மாதிரி ஜால்ரா பேச்சில்லா பேசானுவ. எனக்கு பயங்கரமா கொட்டாவி வந்துட்டிருந்துது. கலவரத்தின் முதற்கட்ட அறிக்கை கம்யூட்டர்ல பதிவேற்றப்பட்டது. ஆக எடுபிடி குரோமிகளுக்கு தலைமை வகிக்கும் குரோமி மீட்டிங் ஹாலுல இல்ல. சூட்கேஸ்குள்ளிருந்த எனக்கு அது எப்படி தெரியும்னா தலைவர், தி கிரேட் லீடர், மதிப்பிற்குரிய காரியக் கர்த்தானு குரோமிகள் புகழ்வதும் அதுக்கு பதில்மொழி தராம ஜடப் பொருள் போல பெரிய மென்திரைக்க சிமிட்டல் ஒலி கேட்டதையும் வச்சி தான் மீட்டிங்குக்கு தலைமை வகிச்ச குரோமி மீட்டிங்குக்கு வரலேனியே தெரிஞ்சி. எங்கு அதிக பதற்ற நிலை எங்கு ராணுவம் அதிகமா குவிக்கப்படணும்னு தாக்குதல் சம்மந்தமாவே அறிக்கையின் போக்கு காணப்பட்டது. கொலைகளுக்கு லைசன்ஸ் தாங்கேனு வெளிப்படையா கேட்க கூச்சப்பட்டு இப்டி விளக்குறாங்களோனு நெனச்சேன். அதுதவிர இவங்க எதிரிகள்னு யாரை சொல்லுறாங்கேனே மொதல்ல புரியல. சொந்த நாட்டு குரோமிகளை எதிரினு

கூப்பிடுறது எனக்கு மேலும் கொட்டாவிகளை வரவழைக்குது. சலிப்பேற்படுத்தும் இந்த மீட்டிங்ல அறிவு நுட்பமா பேசுறோம்னு குரோமிகள் தங்களுக்க தற்பெருமைல தான் பேசுனானுவ. தொணதொணேனும் அறிவாளித்தனமாவும் பேசுற ஜீவிகளை எனக்குப் பிடிக்காதுங்கது வேற கதை ஆனா இந்த அதிகாரி குரோமிகளுக்கு களநிலவரம் என்னேனியே தெரியலியே. என் ஆல்பா பத்தி யாருக்கும் எதுவும் தெரியாதோ? நா பொறுமை காத்தேன். சும்மாயில்ல எனக்குள்ள விசைகளால் ஆன உருண்டை சீரான வேகத்துல டிம் டிம்னு போயிட்டிருந்துது. கொட்டாவிகள் விசைகளின் உருண்டைய உருட்ட அவை மசாஜ் மாதிரி சுகமா வருடேட்டேயிருக்க என் விசையுருண்டைய கட்டுப்படுத்தீட்டில்லா பொறுமை காத்தேன். என்னை சும்மா சுற்றுலாவுக்கு இங்க கூட்டீட்டு வரலேனி நல்லாவே தெரியும். நா என்ன பண்ணணும்னியும் தெரியும். ரகசியமா நா அதை பண்ணீட்டு தான் இருந்தேன். மீட்டிங்கின் இறுதில அதிகாரி குரோமிகளிடமிருந்து மாறுபட்ட தொளதொள ஆடை அணிகலன்களோடு ஒரு பிரசங்கி குரோமி எல்லோர் முன்னையும் தோன்றி பின்வருமாறு எழுத்துக்கூட்டி வாசிச்சான்:

‘நமது தேசத்தின் இறையாண்மை பேணப்பட வேண்டும். நமது கிரேட் லீடர், மண்ணின் முதல் மைந்தன், நம் காவலன், குரோமிகள் படும் துன்பம் கேள்வியுற்று நெஞ்சுருகி வருந்துகிறார். ஒவ்வொரு குரோமி குடிமகனுக்கும் பாதுகாப்பை உறுதிப்படுத்த அவர் அயராது பாடுபடுவது நீங்கள் அறிந்ததே. சுதந்திரம், சமத்துவம், சகோதரத்துவம் என்கிற பெயரில் முற்றிலும் தவறான கண்ணோட்டத்தில் பொது சொத்துக்களுக்கு சேதம்விளைவிக்கும் எவ்வித நிகழ்வையும் நம் அரசாங்கம் வேடிக்கை பார்த்துக் கொண்டு நிற்காது. நாடு ஒரே காளான் குடையின் கீழ் இயங்குவதற்கு நமது காரியக் கர்த்தாவின் அயராத உழைப்பை போற்றுவோமாக. முதற்கட்ட அறிக்கையின் வாயிலாக நாம் அறிந்தது என்னவென்றால், இரண்டு விதமான போதை பயிர்கள் விளையும் நிலங்களை சுதந்திரம் சமத்துவம் சகோதரத்துவம் பேசும் போதை மாஃபியாக்களிடமிருந்து உடனடியாக மீட்க வேண்டும். மீட்கப்பட்ட நிலத்தில் விளைந்த போதைப்பயிர்களை அழித்து மாஃபியாக்கள் கள்ளச்சந்தையில் விற்று பணமாக்கி வெளிநாட்டு வங்கிகளில் பதுக்கி வைத்திருக்கும் பணத்தை மீட்டு ஒவ்வொரு குரோமி குடிமகனுக்கும் தலா பதினைந்து லட்சம் வீதம் கொடுக்க வேண்டும். நமது எதிரிகளை நாம்

கருவறுக்க வேண்டும். நமது தெய்வத்தை வணங்காதவர் எவரும் நமது எதிரிகளே. திரும்பவும் சொல்கிறேன் "நமது தெய்வத்தை வணங்காதவர் எவரும் நமது எதிரிகளே!" நமது நாட்டை வன்முறையின் புகலிடமாக மாற்றத்துடிக்கும் இத்தகைய விரோதிகளை இத்தோடு அழித்தொழிக்க அணிசேருமாறு உங்களை நம் எல்லாம்வல்ல காரிய கர்த்தா பணிக்கிறார்'.

சேர்களை நகர்த்தி குரோமிகள் எந்திரிக்கும் கிறீச்சொலி கேட்டது. இயந்திர குரோமியுடன் வந்திருந்த ராணுவ குரோமிகள் அப்புறம் பிரசங்கி குரோமிய தவிர்த்து மற்ற குரோமிகள் ஹால விட்டு வெளியேறீட்டாங்க. இயந்திர குரோமி சூட்கேஸ வரலாற்று சிறப்புவாய்ந்த ரவுண்ட் டேபிள்ல வைக்க, அதை திறந்து கண்ணாடி பேழை உள்ளேயுள்ள என்னை திரையின் கேமரா பாக்குறதுக்கு ஏதுவோ காட்டுனா. மெய்க்காப்பாளர் குரோமிகள் இருபக்கமும் நிக்க மரவேலைப்பாடுள்ள ஆசனத்துல உக்காந்திருந்த சிவில் பாங்கான உடையுடுத்துன குரோமி குறுகுறுனு என்னை கண்டுட்டு எந்திரிச்சுட்டான். தப்பளையன் மாதிரி தெரிஞ்ச இந்த குரோமிய தான் தலைவர் காரியக் கர்த்தானு புகழ்ந்தானுவளா? எந்துரிச்சு போன குரோமி அப்டியே போனவன் தான். அவனுக்கு பதிலா மற்றொரு குரோமி தங்கக் கோலோடும் கண்ணுக்கு சிவப்பு லைட் எரியும் கண்ணாடி ஒண்ணையும் போட்டு இறுக்கமான முகத்தோடி கழுத்து முழுக்க பாக்குக் கொட்டைகளை அணிஞ்சு என்னை பாத்திட்டிருந்தான். அவன் சிவந்த கண்ணாடிக்குள்ள ஒளிரும் கண்களோ கொலைகார குரோமியளோடத விடக் கொடூரமான வவுறுபோய்த்த கண்கள். இயந்திர குரோமி மதிப்பிற்குரிய மிஸ்டர். ப்ரைம்மினிஸ்டர்னு கூப்டா. அவன் கடுப்பாயிட்டான். நறநறெனு பல்லை கடிச்சான். மதிப்பிற்குரியனு விளிச்சதால கோபமாயிட்டானோ? தங்கக் கோலை டம்னு ஒருக்கா தட்டுனான். இயந்திர குரோமி பேசுறத அவன் விரும்பல அவள ஏறெடுத்தும் பாக்கலையே. பிரசங்கி குரோமிட்ட கழுத்த திருப்பிகிட்டான். இயந்திர குரோமிக்கு இது தேவை தான். என்னை எப்படியெல்லாம் திமிறெடுத்து பேசுனா இப்ப பாரு உன்னையே உங்காளு குரோமியுன்னும் மதிக்கல. இயந்திர குரோமி அவமானத்துல தலை குனிஞ்சுட்டானு நக்கலா அவ பக்கம் திரும்புனேன். பதைபதைப்பல உடல் சில்லிட்டு போய் சீண்டுனாலோ ஒடஞ்சுருவா. நல்லபெயர் வாங்கீரலான்னு மமதைல வந்தவள பார்வையாலையே காறி துப்பிட்டானே. மூணு குரோமி பாதுகாவலர்கள் மீட்டிங்

ஹாலுக்கு வந்து அவள வெளிய அழைச்சிட்டு போனாவ. என்னை கடந்து போகும் இயந்திர குரோமிக்கு மட்டும் கேட்க்குமாறு குட் பை னேன். தான் விரட்டியடிக்கப்பட்ட அவமானத்துல கம்பீரம் கிம்பீரமெல்லாம் காணாமபோயிடிச்சு. அங்கிருந்து தலைகுனிஞ்சு அவ வெளியேற பிரசங்கி குரோமி பூஜையை பண்ணலாம் எல்லாம் வல்லானேன்னதும் கணீர்னு மணியோசை மூன்று முறை ஒலிச்சுது. பிரசங்கி குரோமியும் வெளியேற குடுகுடுனு உள்ள வந்த குடுமியும் கறுப்பு தொப்பியும் வைத்த குரோமிகள் நால்வர் வாசனை திரவியம் கலந்த தண்ணிய அறை பூரா தெளிச்சி மந்திரங்கள உச்சாடனம் பண்ணானுவ. டம் டம் டம்னு மூணு தடவ மத்தவன் தங்கக் கோலால தரைய தட்டுனான். நாலு குரோமிகளும் என்னை சூழ்ந்து இறந்துபோன முன்னாள் குரோமி பிணங்களை எரித்த சாம்பலை தூசிபறக்க என்மீது தூவுனானுவ. முட்டாள்தனத்துக்கு எவ்விதத்திலயும் சளைக்காத இத்தீடீர் அரசாங்க பூஜைல என்னை குரோமிகள் கொன்னுருவானுவேனு உறுதியாகீட்டு. செலந்தி ப்ரொவசர் குரோமியின் அறிவுறுத்தலின்படி ஆராய்ச்சிக்கூடத்துக்கு மாற்றப்படுறதுன்னா பூஜையை இவனுவ செய்ஞ்சுருக்க மாட்டானுவ. திசுபலி சடங்குல நா பலியாக மாட்டேன். ஆல்பா க்ளோன் இருக்கும்னா குரோமி க்ளோன்களும் உண்டோ? குறுகுறுனு என்னை பாத்துட்டு போனானில்லா அந்த குரோமி நாட்டு மக்களுக்கு தோன்றி கலவரத்திற்கு காரணமான எவரையும் நாங்கள் சும்மா விட மாட்டோம். நாடு பாதிக்கப்பட்டவர்களுக்கு உறுதுணையாக உள்ளதுனு நைச்சியமா கண்ணீர்மல்க வருந்துவதாட்டு அறிக்கை விடலாம். என்னேனாலும் மொழிபெயர்ப்பாளர்களுக்க உதவியின்றி எதுவும் புரியாதே. வேஷங்களை உரிச்சா இன்னொரு வேஷம் அந்த வேஷத்தை உரிச்சா மற்றொரு வேஷம். வேஷத்துக்கு வேஷம் போலித்தனம். போலித்தனத்தையே உள்கட்டமைப்புகளாய் கொண்ட தேசம்!

பாராபென் நிலாவ நெனச்சேன். வெளிப்பார்வைக்கு வேஷமா அது தெரியலாம். ஆனா, சுக்குநூறா கழறாம தற்காத்து கொள்ளுறதுக்காகவே அதனுடைய வடிவமைப்பை மறுசீரமைப்பின் பொருட்டு அவசியமாக்கியது. விசையின் உயிர் வீச்சு அதில் பாயுது. பாராபென் நிலாவுக்கு போனா அடிக்கடி கொட்டாவிகள் வர்ரது நிக்கும்னு வேடிக்கையா நெனச்சதுண்டு. அதுக்க குன்றுகள்லோந்து தண்ணீர் எடுத்து மண்ணை கோரி திசுக்களுக்கும் குரோமிகளுக்கும் ஒரு நீச்சல்

குளம் கட்டிக்குடுத்தாலும் கொள்ளாம். நெனச்சாலே மெய் சிலிர்குது. பிரமாண்டமான நீச்சல் குளம். அதுல நீராடும் திசுக்களும் குரோமிகளும். ஒருத்தருக்கொருத்தர் தண்ணிய ஊத்தி விளையாடி சுகிக்க, அரவணைச்சு முத்தமிட, என் பின்னால நீ உன் பின்னால நான்னு ஏற்றத்தாழ்வுகள் இல்லாத நல்லிணக்கம். நல்லிணக்கம் ஏற்பட்டுட்டா இப்டி திசுக்கள் பகையுணர்வோடு பிறக்காதே.

'உன்னால எனக்கு பேபி குரோதிசுமிகளை பெத்துத் தர முடியுமா பேபி?'

'என்ன!

என்ன சொன்ன?

யாரது?'

'சொல்லு நானும் நீயும் கலவ உனக்கு சம்மதமா?'

துப்பாக்கிய உருவுனவளுக்க தொப்பி பறந்து தலைமுடி நிமிர்த்து பாஸ்டார்ட் என்னை விடுடானு கத்துனா. அவளை அழைச்சுட்டு வந்த குரோமிகள் மேல் ஆயிரம் வால்ட் மின்சாரம் பாய பொட்டிக் கரிஞ்சானுவ. அவள அசைய விடாம சுத்தி விசை வட்டத்த உருவாக்குனேன். விசையின் வெப்பத்துல அவளுக்க சீருடை ரொட்டியின் மேல்பரப்பு போல பொடிப்பொடியா உதிர்ந்து நிர்வாணமாக்கியது. அவளுக்க உலோக உடம்புக்கு ஆடையாக வெளிர் நீல வர்ண விசைகள் உடலளவுக்கு ஏத்து நூற்கண்டா பின்னி தாழ்வாரத்துலேர்ந்து மேலுயர்ந்தா. குரோமிகள் பத்திருபது பேர் இயந்திர துப்பாக்கியால சுட்டானுவ. நோனு அவ கத்துனா. பத்தாயிரம் சுழல் வெப்ப விசை இழைகளை வெறும் தோட்டக்கள் என்ன செய்யும்? ஆயிரம் இழைகளை சுடும் குரோமிகள் மேல ஏவுனேன் உடம்பு கிழிய விழுந்தானுவ.

எனக்குனு சில கடமைகள் உள்ளது. பேரிச்சம்பழக் கொட்டையின் பிளவுல நாக்கை வைக்கும் குரோமிகளின் சாத்தான் நா. என் திசுக்குள் பரிணமிக்கும் விசை உருண்டைய நவுட்டி விட்டேன். அதனிடமிருந்த என் கட்டுப்பாட்டை முழுவதுமா விடுவிச்சேன். படுவேகமா விசை உருண்டை அத்தம் வரைக்கும் உருண்டு வெப்ப விசைகளை மேலும் உண்டாக்கி அடுத்த அத்தம் வரை தொட்டுட்டு அதனினும் வேகமா சுழற்சி

முறைல தடுமாற்றமில்லாம உருண்டோடியது. இடம் வலது இடம் வலதுனு அதிவிரைவா நகரும் உருண்டையின் உருளை வடிவம் சிறு கோடாக மாறியதும் நா ஒரு கொட்டாவிய விட்டேன். ஒரு கொட்டாவி பண்ண வேலைய பாத்தியா? கஷ்டப்பட்டு ஒருமுகப்படுத்தி கிண்ட வேண்டியதில்லை. மறுபடியும் ஒரு கொட்டாவிய விட்டேன். கண்ணாடி பேழைய பத்தாயிரம் விசை இழைகள் தாங்கி சாம்பல் புழுதியிலிருந்து நானும் மேலெழும்புனேன். என்னை குறிவச்சி ப்ரொவசர் தயாரிச்ச ஆயுதத்தால நாலு முறை சுட்டானுவ. நாலாயிரம் விசைகள் கேடயமா தடுத்து ஹாலுக்க பின்னால பதிச்ச சுவர் கண்ணாடிகள நொறுக்கி பதம் பாத்துது. ரஷ்ய வயலட்-க்ரீம் நியான் வண்ண வெளிச்சம் கலவையா புக சாம்பல் புழுதி, உள்ளேறுன நிறத்தை ஒரு அலம்பு அலம்புச்சு. ஏவிய விசைகளால ஓ னு அலறி வீழ்ந்தானுவ என்னை சுட்டவனுவ. இயந்திர குரோமிய ஹாலுக்கு இழுத்தேன். சுவர்கள ஒடச்சுட்டு வந்து சேர்ந்தா. எத்தனையாவது முறையா தப்பளையன் தங்க கோலை தட்டுனானோ விசைகளுக்கே இருள். அவளையும் என்னையும் மாறிமாறி பாத்தவனுக்க ஆத்திரத்த பாக்கணுமே. விசைய ஏவி திரைய ஒடச்சேன். திரை அணஞ்சுது. எங்காளுங்கள பத்தி உனக்கு என்ன தெரியும் தேவிடியாமவனே உன்னை தீக்காம விடமாட்டோம் நாயேன்னா. உன்னை காப்பாத்துனதுக்கு என்னை நீ இப்டிதான் திட்டுவியோனுட்டு நா அவன் இல்ல அவள்னு உனக்கு எப்டி தெரியும்னு நமட்டு சிரிப்ப உதிர்த்தேன். இப்ப என்ன உத்தேசம்? உன் ப்ளான் எதுவும் பலிக்காது என்னை கொன்னுட்டு அடுத்தென்ன பண்ணுவேனு கேட்டாளே ஒரு கேள்வி. எனக்கு குரோதிசுமிகளை பெத்து போடு நாம பாராபென் நிலாவுக்கு குடியேறிறலாம்னேன். இனிய தலைமுறையின் நிலையான முன்னோடி ஆகிர்லாம் யோசிக்காம வான்னேன். ஷட் அப் யூ ப்ளெடி பாஸ்டார்ட்னு கோபாவேசத்துல பொறிஞ்சு தள்ளுனா. உன் கருப்பைய அவனுவ தின்னுட்டானுவயில்லானு மென்மையா வருத்தத்துல பங்கெடுப்பதாக கேட்டேன். இதக் கேட்டதுமே அவளுக்கு என்னமோ ஆயிட்டு. பேபி குரோமி மாதிரி அழத்தொடங்கீட்டா. தாரை தாரையா கறுப்பு நீரை உகுத்தா. இதுதான் இயந்திர குரோமி உனக்கு நா அளிக்க தண்டனை நல்லா வருந்தி அழுனு அவ அழுகையின் புத்திய மணத்தை நுகர்ந்து பரவசமடைஞ்சி வா வா ராணுவ குரோமிகள் வாரதுக்கு முந்தி கெளம்புவோம்னு துரிதப்படுத்துனேன்.

என் ப்ரொவசர் ஒரு முட்டாள் பட் ஏன்? ஏன்? என்னை காப்பாத்துற? என்னை அப்டியே விட்டுருக்கலாமே? ஆராய்ச்சி கூடத்துலயே என்னால ஒரு உயிரை தர இயலாதுனு ப்ரொவசர் சொல்லீருந்தாருனா என்னை எதுக்காக கொண்டு போற? னு முனங்கி தெளிவா தன் பலவீனத்தை மறைக்க செயல்பட்டு அதேசமயம் கைமீறி எல்லாம் நழுவியாச்சுங்கதையும் புரிஞ்சுகிட்டு, ஏய் எழவே நீ தரும் பதில் என்னை கொன்னுராது ஏன்னா நா உள்ளுக்குள்ள மில்லியன் துண்டுகளா சிதறடிக்கப்பட்டுட்டேன். ப்ளீஸ் ஏன்? னு கெஞ்சுறா. கல்லாகிய உணர்வுகள் கரைந்து பனித்த இயந்திர விழிகள். உலோகமடிச்ச கால், இடுப்பு, முதுகுத்தண்டு. அவ ஈகோவை புடுங்கியாச்சு இனியெதுக்கு அழுவங்காட்டீட்டுனு விபரமா சொன்னேன்.

நீ ஆசப்படுற சமூக அந்தஸ்தும் பிரபலமும் எஸ்.எஸ் க்க ஆணைகளை நிறைவேத்துறதால அடஞ்சிருலானு நெனைக்கிறியா? என்னை மாதிரியே தான் நீயும். ஒண்ணுக்கும் உதவாத கைக்கூலிகள். அறிவுரையால திருந்தும் குரோமியில்ல நீ. நீ உன் மிஷன்ல தோத்துப்போயிட்டேனு உனக்கு விளங்கலியோ என்னவோ உனக்க ப்ரொவசர் குரோமிக்கு புரிஞ்சுருக்கு. எனக்கு எங்களோட ரகசியங்களை உன் சிலந்தி காதலன் சொல்லி அதுக்கு பிரதிபலனா என்னட்டேர்ந்து ஒரு சத்தியம் வாங்குனான். கவனமா கேளு. உன் பிடிவாத குணமும் அகந்தையுமே உன் எதிரினு ப்ரொவசர் குரோமி அறிவான். அநேகமா என்னோடு உன்னையும் கொல்லுறதா முடிவு பண்ணானுங்கனா நா என் விசைகளை பயன்படுத்தி உன்னை தப்பிக்க வைக்கணும்னு வேண்டிகிட்டான். சரியான குரோமி தான். உன்னை காப்பாத்தி தொலையணும்னு எந்த நிர்பந்தமும் எனக்கில்ல. ஆனாலும், ஒரு நல்ல நண்பனுக்கு சத்தியம் பண்ணதால உன்னையும் காப்பாத்துறேன். நீ மேனிபுலேட் பண்ணி புடுங்கிட்டாலும். உங்க எஸ்.எஸ் க்கு உன்னை காட்டிலும் ப்ரொவசர் தான் முக்கியம். ப்ரொவசர் குரோமி எங்க ரகசியங்களை காட்டி விசாரணையிலேர்ந்து தப்பீருவான். அப்படிதான் எனட்ட சொன்னான். நீ ப்ரொவசர் குரோமிய தேடி போனாலோ ரெண்டுபேருக்கும் எஸ்.எஸ் ஆல பிரச்சனை வரும் அப்புறம் உன் விருப்பம். எப்டி வசதி? வாரியா? வர்லயா? ஒண்ணு விடாம நடந்தத சொன்னேன். இதுக்க பொறவு என்னோடு வராம எங்க போவா? வந்தா. இனியும் வருவா.

ஹாலுக்க பின்சுவர் கண்ணாடிய விசைகளால நொறுக்கி பந்தாவா குழைந்த ரஷ்ய வயலட்- க்ரீம் நியான் வண்ண வெளிச்சத்துக்குள்ள பறந்தோம். ஏய்யய்யா அம்பது மாடி கட்டிடத்துலயா மீட்டிங் நடந்துது ஏய்னு இயந்திர குரோமிட்ட குதர்க்கமா இளிச்சேன். அச்ச ரேகைகளையே அவள் முகத்துல கண்டேன். இவள மறைவா எறக்கி விடணும். விசையின் சூட்டை திசுவுடல் தாங்கிக்கலேனா சாகவேண்டியது வரும். எங்க இறக்கி விடணும்னு சொல்லு எனக்கு சூடேறுதுன்னேன். பாராபென் நிலாவுக்குன்னா. அட குரோமி முண்டமே அது விளையாட்டுக்கு சொன்னது நீயே பளூ... சுதாரிக்கதுக்கே இடமில்லாம எங்கிருந்து வந்தோ. *HELINA* னு எழுதுன ஏவுகணை அவளுக்க நூல்கண்டு விசைல மோதி வானத்தையே உலுக்கி வெடிச்சுது. சேர்ந்திருக்கும் ரெண்டு க்ளச்சி உருண்டைகள மூணாவதா ஒரு க்ளச்சி உருண்டை இடிச்சா எப்டியிருக்குமோ அதேபோல ஆகாய மார்க்கத்திலிருந்து இயந்திர குரோமி தூர விலகி கீழ்வாக்குல தரைய நோக்கி பறந்தா. நல்லவேளை நம்ம ராணுவக்காரிக்கு ஏதுவுமே ஆகல. எனக்க ஏழாயிரம் விசை இழைகளை எடுத்து குத்தர விழுவதிலிருந்து இயந்திர குரோமிய உந்தித் தள்ளுனேன் பந்தைய குதிரையாட்டு குழைந்த வண்ணங்களினூடா பறந்தாளே ஒரு பற. மொரட்டு இயந்திர குரோமி. எங்கையாது இறங்கி தப்பீரட்டும். அடுத்த *HELINA* ஏவுகணை என் சோலிய போக்கதுக்கு சீறி வருது. நல்லவேளை என் கண்ணாடி பேழை மீது ஏவுகணை படல. விசை இழைகள்ல மோதி வெடிச்சுது. வெண்ணிற புகை கிளம்ப அரைவட்டமா கட்டுப்பாட்டை இழந்து தண்டவாளத்துல கண்ணாடி பேழை நொறுங்கி விழுந்துது. இயந்திர குரோமி தப்பிக்க உதவுனதுக்காக நா வருந்தல. அழகானதோ விலைமதிப்பற்றதோனு உறுதியா யாராலயும் எதையும் சொல்லதுக்கு இங்க என்ன இருக்கு? சாவு நம்மள கொண்டுபோயிருங்க பயத்துலயே அநேகம் குரோமிகளுக்கு கடைசியா என்ன பேசோம்மினியே தெரியாது. அப்டியே பேசுனாலும் யாரும் அதை நினைவில் நிறுத்தப்போறதில்ல. அப்படியே நினைவில் நிறுத்துனாலும் அது தவறாகவே புரிந்துகொள்ளப்படும். ச்சே ச்சே மரணம் நமக்கு நடக்காதுனு கடைசிவரைக்கும் நம்பிக்கை இழக்காம வாழும் குரோமிகள் அதிகப்பிரசங்கிகளே. அதிகப்பிரசங்கிகள் அதிகநாள் வாழட்டும். இதுவே என் கடைசி வாக்கியமாயிருக்கட்டும்.

13

அங்க பாத்தியா ஒரு ஆட்டோ பத்தி எரியத. தந்தூரி சிக்கனா நெய்யுருக டிரைவர் குரோமிக்க சவத்தை கண்டியா? சிரிப்பா இருக்கில்லா? பால்பாக்கெட் போடுற குரோமிக்க நெஞ்சுல பால்பேக்கட்ட வச்சி கத்தியால குத்தாம் பாரு. பாலும் ரத்தமும் வேடிக்கையான பொருட்கள்னு ஒத்துக்குறியா? குரோமிகள் மீது அமிலத்தை கொட்டும் குரோமிகளை பாரேன். குரோமி அதிர்ச்சி கட்டத்தை கடந்து உன்னிப்பா சஞ்சலத்தோடயே நா காட்டதெல்லாம் கவனிக்கான். நல்ல மாணவனுக்கு இதுவே அழகு. சின்னப் பயல் கெட்டியா குரோமிக்க சட்டைய புடிச்சுட்டிருந்தான். வெந்துட்ருக்க குரோமிகளுக்க ஓலங்களை கேளுனதுக்கு சின்னப் பயல் காதை பொத்துனான். திமிங்கலத்த ஒதுக்கு நா உனக்கு ஒரு பரிசு தாரேன்னேன். குரோமிக்க சஞ்சலத்த தீர்த்துரணும். அவனுக்கு கண்களை குடுக்கணும். குடுத்துட்டா அவன் பயவுணர்வு மாறீரும். பனிப்புயல் நீலமும்-இன்டிகோவும் பூநீலமும்-திராட்சை கருஞ்சிவப்பு நிறமும் கலந்த இரட்டை நியான் நிற நிலப்பகுதியில் திமிங்கலத்த நிறுத்துனான். அனாயசமா ஒரு குரோமிய பந்தாடீட்டிருந்தானுவ குரோமிகள். காத பொத்துன சின்னப் பயல் இப்போ கண்ணையும் மூடிகிட்டான். குரோமிக்கு அதக்காட்டி அவன எதுக்கு அடிக்கானுவேனு உனக்கு எப்படியும் தெரியாது ஆனா நீ முயற்சிபண்ணலாம்னேன். தயங்கியவாறு தப்பேதும் பண்ணீருப்பானோ? ன்னான். அதான் இல்லைனேன். குரோமி குழப்பத்துல புருவத்தை வில்லாக்குனான். சந்தேகத்தின் பேருல தான் அடிக்கானுவேனு சொன்னேன். அவன் மாற்று மதக்காரனாயிருக்கலாம், மாட்டுக்கறிய தின்னுருக்கலாம், படுத்துறங்கதுக்கு திண்ணை கேட்டிருக்கலாம், எதுவேனாலும் இருக்கலாம் (எல்லாம் லாம் லாம் லாம் தான்). விஷயம் அதுயில்ல வெறும் சந்தேகத்தின் அடிப்படைல தாக்குதல் தொடுக்கக் காரணம் என்னேனுங்கத தான் நீ புரிஞ்சுக்கணும். எஸ்.எஸ் ஆளுங்களுக்கு மைனாரிட்டிகள் பல்கிப் பெருகுவது

பிடிக்கல. அடிகுடுக்கும் குரோமிகள் மாதிரி நீயும் நானும் அதை நமக்கு சாதகமா பயன்படுத்திக்கணும். கலவரத்துல ஈடுபடும் குரோமிங்க சந்தர்ப்பவாதிகளும் சாதாரணமானவனுவளுமே. பணக்கார குரோமிகளுக்கு இதுபோன்ற மரணங்கள் கிடைக்காது. இத்தனை குரோமிகள் சாகுறானுவளே பணக்கார குரோமி ஒருத்தனையும் கலவரத்துல நீ கண்டுருக்க மாட்ட. ஏன்னா எஸ். எஸ் க்கு நிதியுதவி தந்து வளர்த்து விடதே பணக்கார குரோமிகள் தான். நாம சந்தர்ப்பவாதிகள்னாலும் சாதாரணமானவங்க இல்ல. எஸ்.எஸ் வோட இனச்சுத்திகரிப்பு கலவரங்கள்ல மட்டுமே நாம பங்குகொள்ளணுமே தவிர நாம எஸ்.எஸ் சின் அடியாட்கள் அல்ல. இதே சந்தர்ப்பத்த உபயோகிச்சு எஸ். எஸ் ஸயும் துண்டாடணும். கலவரக்கார குரோமிகளுக்கு நீயே தலைவனாகணும். எல்லா நியான் வண்ணங்களும் உனக்கும் உன் திமிங்கலத்துக்கும் தான்டா சொந்தம் ஏன்னா நீ தான்டா மரணதேவன்னேன். விகுதிசாரம் பாக்காம கொன்னுருன்னேன். ஆனா...(லாக்கெல்லாம் ஒரு னா வேணுமில்லா) சின்னப்பயலை மறுபடியும் நீ கொல்லணும்னு கோரிக்கையை வச்சேன். இளம் குரோமிகள் உன் வீர காவியத்தை பாடுவானுவ நண்பா. ப்ளோரஸன்ட் உலகம் உன்னோடது. எடுத்துக்க எடுத்துக்க. புதைக்கதுக்கும், தகனத்துக்கும் இடமற்று தலைல அடிச்சி அழுதுமாளட்டும். சாவட்டும் சாவட்டும்னு அவன் உள்ளத்துல கனலை மூட்டுனேன். குரோமி என்ன பண்ணுவான்? தயக்கமின்றி சின்னப் பயலை மென்மையா தூக்கி திமிங்கலத்துக்கு உணவா ஊட்டி விட்டான். அப்போக்கூட சின்னப் பயலுக்க உணர்வுல மாற்றங்களில்ல. ஏற்கனவே மரிச்சதுனால இருக்கலாம். திமிங்கலம் குரோமிகளை வாலால் நசுக்கி கொன்னுது. மேலும் கட்டிடங்களை முட்டி மோதி தகர்க்கதுக்குள்ள நியாயமா அவனுக்கு சேர வேண்டிய காப்டகன் மாத்திரைகளை குடுத்தேன். வாங்கி முழுங்குனதும் ப்ளக் ப்ளக்னு கன்னெங்கள்ல பின்மண்டைனு தலைய சுத்தி கண்களா முளைக்க, முளைத்த கண்கள் அவன் மூளைய ப்ளோரஸன்ட் உலகத்தின் மொத்த நியான் வண்ணங்ளும் அலசியது. அலசியதுல குத்தெரிச்சலோடு அவன் சிந்தனையோட்டம் தடம்மாறி உடற்தசைகள் வலுவானது. தன் சொந்த மூளையை நியான் வண்ணங்கள் அலசுறதால வானவில்லில் சறுக்கி விளையாடுவதாக ஆனந்தமடைஞ்சான். எல்லாம் வல்ல இறைவனே நீ எங்கே இருக்கிறாயோ அங்கேயே இரு. இந்த யுத்தத்தை முடிச்சுட்டு நாங்க உன்னோடு வந்து

சேர்ந்துர்ரோம்னு லாகிரில ஔறுனான். இனிப்பை இருத்தி நக்கது போல நெறங்கள் அவன் மூளைய நக்கி சித்தபிரமையாக்குது. டாக்டர்! டாக்டர்! சரியா உணரல டாக்டர். ஆசுத்துரில பச்சிளம் குரோமிகள் மீது குண்டு போட்டது நானில்ல டாக்டர். பாலித்தீன் கவருல எலும்புத் துண்டுகள கொண்டு போனதும் நானில்ல டாக்டர். கருவிழிக்கு டார்ச்சடிங்க டாக்டர் ரோஜாக்கள் பூத்துக்குலுங்குது. என் மூளைக்க மடிப்பின் தகடுகள் அகலுது. இதயத்தை துறந்துட்டேன் சொர்கத்துக்க படிக்கட்டுல என் பாவக் கால்கள் படுது. நா மரணதேவன்னு புலம்பியவாறு கண்டதெல்லாம் துவம்சம் பண்ணான். எனக்கும் அதுல சந்தோஷமே. கடற்கரைய நோக்கி முன்னேறச்சுல என் பீட்டா திசு எங்கள தடுத்துது. உங்கள போலயே ஒண்ணு வானத்துல நிக்குது பாருங்கனு குரோமியே மொதல்ல காட்டி தந்தான். விசைக்க வீரியத்துலயே அதோட நோக்கம் என்னேனு தெளிவு. துரோகத்துக்கு மரணமே மன்னிப்புன்னேன். குரோமி புரிஞ்சுகிட்டான்.

எஸ்.எஸ் ஆளுங்க மட்டுமே என் பீட்டா திசுவை தொடர்பு கொண்டிருந்தா அகதியா தப்பிக்கும் குரோமிகளை காப்பாத்த என்னையே எதிர்க்க துணிஞ்சு வந்துருக்காது. எஸ்.எஸ் க்கு அதிக மரணமே கொழுத்த லாபத்தை தரும் தீனி. பீட்டா திசு எதனால அப்போ சண்டைக்கு தயாரா விசைய குவிச்சு வச்சுருந்துது? அவளோட வேலை தான். வேஷதாரி, கள்ளத்தனத்துக்க ராணி அவளோட வேலையே தான். அவ பங்கை நா அவளுக்கு குடுக்கவே மாட்டேன். கடலுல படகோ கப்பலோ எதுவுமில்லாத போதே நா உஷாராகிருக்கணும். திசுவையும் திசுவையும் மோத விடுற தைரியம் அவளுக்கு மட்டுந்தான் உண்டு. அவ பங்க தராதனால அவ குரோமிகளையும் என் பீட்டா திசுக்களையும் கூட்டு சேர்க்கிறா. நல்லா நடிச்சு நாடகமாடியிருப்பா. நா குரோமிக்கு கண்கள தந்தது மாதிரி என் பீட்டா திசுவை ஏமாத்தியிருப்பா. என் பீட்டா திசுவுக்கு கொழுப்பு. என்னோடு மோதுனா தோத்துரும்னு தெரிஞ்சும் வெளங்காத குரோமிகளுக்காக வக்காலத்துக்கு வந்துருக்கு. திமிங்கலத்தை கிண்டும் அதோட விசைத் திறன் பிரமாதமாவொண்ணும் இல்ல. திமிங்கலத்தையும் என் மரணதேவன் குரோமியையும் கொல்லதுக்கு இதுபோல அஞ்சு திசுக்கள் வரணும். பொடித் திசு. சின்னச்சின்ன சிராய்ப்புகளை திமிங்கலத்துக்கு ஏற்படுத்தி என்னை அவமானப்படுத்துது. மழுங்குன கோடாரியால

வெட்டுறத போலில்லா அதுக்க வாலை முறிக்குது. ஹா ஹா பைத்தியக்காரத் திசு. கடலுல குதிக்குற குரோமிகள கொன்னுட்டு வந்து அணுவணுவா அத சித்திரவதை பண்ணலாம்னு யோசிக்கும்போது என் இன்குபேட்டர் மீது விசையை ஏவிச்சு. விசையை தரிச்சு திசுவை உற்பத்தி பண்ண என்மீதே.... த்த்த்....த்த்த்....முட்டாள்! முட்டாள்! முட்டாள்! என்னையவே கொன்னுருவியானு கேட்டேன். என் விசைகளை சூடாக்கி நமச்சலான பார்வை பாத்தேன். கிட்டக்கூட வராதேனு யாந்து யாந்துனேன். ஒடனே சுதாரிச்ச குரோமி ஒருபோடு போட்டான். ஒழியட்டு கழிசடை. திசுவை கொல்லும் பொறுப்ப குரோமிட்ட குடுத்துட்டு நா கடற்கரைய நெருங்குனேன். உங்க அபயக்குரல யாரும் கேட்க்க மாட்டாவ என் செல்ல குரோமிகளானு கிண்டி குரோமிகளுக்க தலைய சிதறடிச்சேன். கர்சீப்பை வீசுவது போல முண்டங்கள தங்கக் கடலுல வீசுனேன்.

யாருமில்லாத கடல நோக்கி, ஏய் நீ இருக்கிறியேனா ஒனக்க மூறி மரத்துலயே இருந்துக்க. பூ பூவா நட்டு வளர்த்து சிக்கலேனு நீயே களத்துக்கு வந்துட்ட. உன் கிரியா ஊக்கி திட்டம் எனட்ட செல்லுபடி ஆகாது. நானாட்டு மனமுவந்து தந்தாலொழிய உன் பங்கு கிடைக்காதுனு உரக்கச் சொன்னேன். தங்கமா மினுமினுக்குற கடலுலேர்ந்து அவ வரவே மாட்டாள். மீறி வந்தாலும் அவ வெளிச்ச நிழல் என் இன்குபேட்டர அண்டாது. அவ பயந்தாங்கோழியா, சக்தியற்றவளா, துரத்தப்பட்ட பேரின்பமானு விவாதம் பண்ணாண்டாம். எங்களுடைய மரபணுவுலயே அவள் எதிரினு எழுதியிருக்கு. விசைகளுக்காக அவ திசுக்களை வேட்டையாடும் திருடி. திசுக்கள் மேல வெறியீர்ப்பு கொண்டதுவே அவள் பக்க நியாயம். ஏன்? எஸ். எஸ் உடன் இணைந்து கூட ஒப்பந்தமிடலாம் ஆனா இவகூட ஒத்து போகவே முடியாது. எங்களுக்க வடிவமைப்புலயே எழுதியிருக்கதால அவள் திசுக்களின் முதல்எதிரி. முதல்எதிரினா முதல்எதிரி! வேறபேச்சுக்கே இடமில்ல. ஆபத்தான அன்புணர்வ ஊட்டி என் பீட்டாவ கழிவாக்கிட்டாள். ஒவ்வொரு பீட்டா திசுவையா விழுங்கி என்னை தனிமை படுத்தி ஓரங்கட்டப்பாக்குற அவ திட்டம் நிறைவேறாது. அவ இருந்தாலும் இல்லாட்டியும் அவளை நா எப்பவுமே வெறுப்பேன். 'நான்' தான் அனைத்தையும் விட முக்கியமான திசு. என்னை கொன்னா அவளுக்கு அவ பங்கு கிடைக்காது. கிடைக்கவே கிடைக்காது. ஏன்னா 'நான்' தானே அவளுடைய பங்கு.

14

பச்சையும்-மஞ்சளுமான சாஸ்டுரூஸ் (*chartreuse*) வண்ண நியான் நிற வெளிச்சத்துல கண்ணாடி பேழையானது தண்டவாளத்துலயோ மைதாமாவுலயோ உடையும் முன்னர் கண்ணாடி பேழையிலிருந்த என் உயிர் காத்தை இயன்றவரை சுவாசிச்சதால ஒருவாறு மயக்கமடையாம தாக்குபிடிச்சேன். மைதாமாவை குடைஞ்சு தண்டவாளம் போட்டுருக்கானுவ குரோமிகள். மோதிரமாக தண்டவாள விரலை அணைத்த சுரங்க குகை. குகையிலிருந்து நெடுந்தொலைவுக்கு விரலாக செல்லும் தண்டவாளம். சுற்றிலும் மைதா மணல். ஒவ்வொரு மூச்சுவிடலுக்கும் மைதாதூசி பறந்து திசுவ உறுத்தியது. சாஸ்டுரூஸ் நியான் நிற வண்ண வெளிச்சம் மைதா பறக்கும் என் மூச்சின் உருவத்துக்கு ஆடை கொடுத்துது. குரோமிகளுக்க காத்தே திசுவுடலுக்கு நஞ்சுங்கபோது குரோமிகள் நச்சுக்காத்துனு நச்சுக்காத்தை குறிப்பிடுறது நகைச்சுவையானதுனு செலந்தி ப்ரொாவசர் குரோமிட்ட சொல்லியிருந்தா நஞ்சுங்கது மருந்து மைபிரண்ட்னு தன்பாணில அட்டகாசமா விவரிப்பான். அதுக்கு நானோ நீ சொல்லும் மருந்து தான் மைபிரண்ட் என்னை தற்சமயம் கொன்னுட்டுருக்குனு தமாஷா சொல்லி இருவரும் சிரிச்சிருப்போம்....ம்ம்ம்...என் திசுவுடல் நீலம் பாரிக்குவ். ஆகாயம் அட்டகாசமா மிளிருது. கொட்டாவி வரமாட்டேங்குது. நா கண்டதையும் யோசிக்குறேன். நா கண்டதையும் யோசிக்கலாம். முழுமை பெறாத எச்சங்கள் எல்லாவற்றையும் யோசிக்கலாம். ஆனா இப்டி கண்டதையும் யோசிக்கக் கூடாது. மானசீகமா ஒரு கொட்டாவி விடலாம். ஒரேயடியா கொட்டாவி விட்டு உயிர்எய்தி விடலாம். ஏதோவொன்று குறுக்கா வளிமண்டலத்துல புகைக் கோடுகளை கக்கி மைதா சுரங்க குகைக்க அந்தப்பக்கம் நீண்ட தண்டவாளத்தின் மீது சீழ்கையுடன் டொம்னு விழுந்து தண்டவாளக் கம்பிகளுக்கு நடுவே சிறு மைதா பள்ளத்தை உண்டாகிச்சு. தண்டவாளங்கள்ல பொதுவா குரோமிகளுக்க

மலம் ஜலத்துக்க வாடையடிக்கும். பள்ளத்திலிருந்து வந்த நெடியோட அடர்த்திய உறிஞ்சிப்பாத்தா எனக்க சுவாசத்துக்க மூலாதாரமான சல்பர் ஹெக்ஸாபுளோரைடோட தடயம் கெடச்சுது. எனக்க உயிர்காத்தோடு குரோமிகளுக்க நச்சுக்காத்து கலந்த வாடையடிச்சுது. உயிர் வாழதுக்கான விருப்பத்துல ஊர்ந்து ஊர்ந்து பள்ளத்தை நோக்கி தண்டவாளத்தின் நடுவில் மைதா குகையை கடந்து போனேன். ரெண்டடி பள்ளம் தான். அதிர்ஷ்டவசமா அதுவொரு இன்குபேட்டர். உள்ள திசு ஒண்ணு மூர்ச்சையாகி கெடக்குது. இரண்டு அல்லது மூன்றாம் நிலை பீட்டா திசு. யாருக்குத் தெரியும் நா கிண்டி என் திறப்பு விசைல பிறந்ததாகவும் இருக்கலாம். எனக்கிப்ப உயிர்காத்து வேணும். ஆராய்ந்த வரைக்கும் பைபர் மூடிக்கோ இஞ்சினுக்கோ எந்த சேதாரமும் ஆகல. இன்குபேட்டருக்கு நச்சுக்காத்துலயிருந்து உயிர்காத்தை பிரிச்சுத் தரும் பில்டர் குழாய்ல உடைப்பு ஏற்பட்டிருக்கு. அதனாலத்தான் சல்பர் ஹெக்ஸாபுளோரைட் வாயு வெளிய கசியுது. பைபர் மூடியை திறக்க அதிக சக்தி தேவைப்பட்டது. இக்கட்டான நிலைல கிண்டதுக்கும் வலுவில்லையேனு பைபர் மூடிய முட்டத் தொடங்குனேன். வாழப்பழ தோலால கண்ணாடிய அடிச்சா எழும் சப் சப்புங்க சப்தத்தால புனிதநீருல கெடந்த திசு அசைஞ்சுது. திருங்கிய பார்வைல என்னை கண்டுட்டு. எப்பாடா திற திறனு உயிர் அடங்கும் ஆவேசத்துல சப் சப்னு பைபர் மூடியை அடிச்சுட்டேயிருந்தேன். கிறக்கத்துல தட்டுத்தடுமாறி வழுக்கி பட்டன அமுக்கி பைபர் மூடிய திறந்து விட்டது திசு. சாடி நுழைஞ்சதும் உடனே இன்குபேட்டர ஸ்டார்ட் பண்ணேன். உடைந்த உயிர்காத்து குழாயை மணத்தை பிரிச்சு தரும் குழாயோடு பொருத்தி உயிர்காத்து சீரா வருமாறு பில்டர சரி பண்ணேன். திசுவோட பக்கவாட்டுல பெரிய வெட்டுக்காயம். கொஞ்ச கொஞ்சமா சாவுது. நா சோகமான கொட்டாவிய விட்டேன். செரியா கெடச்சிருக்குன்னேன். பாவம் அதால பேசவும் முடியல. காயத்துக்கு மருந்தோ சிகிட்சையோ எதுவுமில்லை. மொட்டுப்பின் குத்துனாலும் பழுத்து செப்டிக் ஆகி மரணிக்கும் சூழல்லதான் திசுக்களும் வாழுது. விக்கி விக்கி ஆல்...பா...ஆல்பானு சொல்லி சுயநினைவை இழந்துட்டு. நம்ம ஆல்பாவா? நம்ம ஆல்பாவானு அதை உலுக்கியுலுக்கி கேட்டேன். நா இப்படியே எதுவும் செய்யாமலிருப்பது சரியில்ல. ஸ்பைரூலினா பூக்கள் ஆகாயத்துல

ஒவ்வொண்ணா வரத்தொடங்கியது. நா கொட்டாவி விட்டேன் என்னோட இடத்துல ப்ரொவசர் என்ன பண்ணீருப்பான்னு யோசிச்சேன். தலைய அடமானம் வெச்சாவது சிகிட்சை அளிச்சுருப்பான். நானும் அதையே செய்யணும். என் திசுவுடலை அடமானம் வச்சாவது...ஆஹா சிம்பையோசிஸ் *(Symbiosis)* பண்ணலாம்னு யோசனை உதிச்சுது. எந்தவொரு திசுவும் இதுவரை சிம்பையோசிஸ் பண்ணதாக இன்குபேட்டர்லயும் தகவலில்லை. திசுக்க வெட்டுக்காயத்துக்குள்ள தலைய நூத்துனேன். அண்டமே அடங்குமளவு விசாலமாயிருந்துது. எங்க மூதாதை திசு சூரியனெனும் கோளை விழுங்கியதா ப்ரொவசர் சொன்னானில்லையா இப்படித்தான் நூத்தி விழுங்கீருக்குமோ? திரவ மெத்தையாக அதனுடல் பிசுபிசுப்போடு இருந்துது. எனக்க திசுவுடலை முற்றிலுமா காயம்பட்ட திசுக்குள்ள திணிச்சேன். புராணக்கதை உண்மை தான். பீன்ஸ் உறைல வெடிப்புக்காக கிடக்கும் மணிவிதையாக நா இருக்கேன். ஒண்ணுமே ஆவல. நா ஏதாவது முன்னெடுக்கடுக்கணுமோ என்னமோனு தயங்குனேன். என் தயக்கத்தை மீறி ஒரு கொட்டாவிய விட்டேன். விட்டது தான் தாமதம் கீரை கொழஞ்சது போல கொழகொழேனு ஆகிட்டேன். வெட்டுக்காயத்தை கொழ கொழேனு ஆன என் திசுவுடல் மூடியது. நானிப்போ உடல் மாறி உயிரானேன். பாக்குறேன் கேக்குறேன் தொட்டுணருரேன் அதுவும் இன்னொரு திசுவுடல் மூலமா. செமையான உணர்வு. அதை விவரிக்க வார்த்தைகளே வரல.

ரொம்ப நன்றி என்னை காப்பாத்துனதுக்குனு பீட்டா திசு. எங்க இருக்க நீ? னு கேட்டேன் உனக்குள்ள தான்னுச்சு. நான் எங்கேனதுக்கு எனக்குள்ளேனது. நான் காணுறதையே நீயும் காணுறியானேன். ஆமான்னது. செமை நீயும் நானும் ஒண்ணாயிட்டோம் பாரேன்னேன். உன்னால சண்டை போட முடியுமான்னதுக்கு சண்டையா குத்தி பொளக்குலாம் ஆனா நீ குரோமிகளை தொடக்கூடாதுனு நிபந்தனை விதிச்சேன். சம்மதிக்குறேன் நீயும் நானும் ஒண்ணுனிச்சு. அதான் சொன்னேனே. நான் சிம்பையோசிஸ்ஸ சொல்லல நாம இருவரும் ஒரே ஆல்பா வழி வந்தவங்க தான்னுச்சு. நீ எங்கிருந்து உருவானேனு கேட்டேன். குப்பை சாக்கை தொப்பியாக்கி தலையிலயே சுமந்த வித்தியாசப்பட்ட மனுஷனுட்டயிருந்து. அடி சக்கை என்னை உண்டாக்குன ஆல்பா வழி நான்.. அப்போ நாம....சரித்தான், நீ உற்சாகமடைஞ்சா உனக்கு

விசை கூடுமா? ஆமானு வெட்கத்துல புன்னகைச்சேன். நீ ரொம்ப உணர்ச்சிவசப்படுவியோனதுக்கு ஆமானுட்டு அது புன்னகைச்சுது. செலந்தி ப்ரொவசர் குரோமி, ரோல் நம்பர் எழுபத்தி ஏழு, இயந்திர குரோமினு என் அனுபவத்தை பகிர்ந்தேன். அது தன் அனுபவத்தை பகிர நான் அதாகவே வாழ்ந்தேன். குரோமிங்க மேல திடீர் பாசம் வந்துட்டானதுக்கு, குரோமிங்க சாவுறதுல எனக்கொண்ணும் ஆட்சேபனை இல்லை. கொல்லணும்னா சரியான முறைல கொல்லணும். கொலைகளை முறைப்படுத்தி பண்ணணும். ஆல்பா பண்ணுவது பண்ணது நூழில். கொன்னு குவிக்கதுக்கான தீவிர வெறியைத் தவிர அதுட்ட ஒழுங்கான திட்டமுண்டா? ஆல்பா ஒரு குளோன்னு உனக்கே தெரியும். ஒரு போலி திசுட்டேர்ந்து வேறென்ன எதிர்பாக்குறது? இதுல லாபம் என்னவோ எஸ்.எஸ் க்கு தான். நான் ஏற்கனவே சிக்னல் குடுத்துருக்கேன். உலகத் திசுக்களின் முன்னிலையில ஆல்பாவின் பதவியை நாம பிடுங்கீருவோம். எஸ்.எஸ் க்கு பதிலா மின்மினிக் கள்ளிகளோடு ஒப்பந்தம் போடுவோம் அவங்களுக்கும் சொல்லதுக்கு ஒருசாரார் கதை இருக்குமே. முள்ளங்கி பூக்களையும் ஸ்பைரூலினாவையும் கொண்டு நமக்கான எரிபொருள ப்ரொவசர் மூலம் தயாரிக்கலாம். ஒத்தேவரலேனா ஆல்பாவை அழிச்சதுக்க பொறவு நான் இங்கேயும் நீ ஆவுளியாகவும் போயிரலாம். எதுன்னாலும் எனக்கு வசதியேனு நாங்க உடன்பாட்டுக்கு வரவும் எங்கள் சிம்பையோசிஸ் விசைகளை வளையம் வளையமா பெருக்கி ஹைய்யானு ஆல்பாவை காலியாக்கணும்ங்க குறிக்கோளோடு வானத்துக்கு விரைந்தோம்.

15

திமிங்கலத்துக்க வால் முறிஞ்சு தொங்கும் அலங்கோல நிலையும் குரோமி காட்டுமாடு கணக்கா கண்ணில் பட்டதெல்லாத்தையும் முட்டி உடைக்கான். திட்டமிட்டபடி கனக்கச்சிதமா பலி எண்ணிக்கை கைமீறி போகுது. பலி எண்ணிக்கையின் அதிகரிப்புக்கு எஸ்.எஸ் அசராது. காரியமா அவனுவ மின்சாரம் மற்றும் குடிநீருக்கான இணைப்புகளை துண்டிச்சுட்டானுவ. கலவரங்களை வீடியோபிடிக்கும் குரோமிகளையும் கைதாக்கியாச்சு. என்னவேணாலும் பண்ணலாம் என்ன காரணம் வேணாலும் சொல்லுலாம்னு எஸ்.எஸ் காரனுவ மமதைல துள்ளுவானுவ. அவனுவ அகண்ட பாரதத்துக்காக உழைக்கானுவ நா திசுக்களின் அகண்ட உலகத்துக்காக உழைக்கேன். திசுக்களாகிய எங்களுக்கு இந்நாட்டை ஆக்கிரமிக்கும் தார்மீக உரிமையை நிலைநாட்டீட்டா நானே திசுக்களுக்கும் தலைமை தாங்கி உலகையே எங்க ராஜியமாக்குவேன், இதுக்க முந்தி ஆக்கிருக்கேன். பீட்டா திசு என்னோட குறிக்கோளுக்க அடிநாதத்தையே ஒருதரம் கேள்விக்குள்ளாக்கிச்சு. விசைகளை பயன்படுத்த பீட்டா திசுக்களுக்கு கத்துக்குடுக்கணும்ங்கது மட்டும் நடவாத ஏமாற்றம். காரியங்களை கெடுக்கதுக்குனே செயல்பிழை கொண்ட பீட்டா திசு என் குறிக்கோளுல தலையிடுது. அதுகள உருவாக்குனதுக்கு விசை தான் விரயம். போகட்டும். ஓட்டையும் ஒடிசலும். எஸ்.எஸ் வோட ஒப்பந்தப்படி எனக்குனு சமிக்ஞை தருவானுவ. நா ஒதுங்கீரணுமாம். பதிலா சுதந்திரமா நடமாட நிபந்தனைகளுடன் அனுமதி தருவாங்களாம். குரோமிநேய சங்கங்கள் பாதிக்கப்பட்ட குரோமிகளுக்கு உதவும். பிறகு இப்படியானதொரு கலவரம் வரலாற்றுப் பிழைனு வாழப் பழகீட்டா உயிருக்கு உத்திரவாதம் தருவதாக அடுத்த தேர்தல் பிரச்சாரத்துக்கு போயிருவானுவ. தேர்தலுக்குப் பிறகு நா எஸ்.எஸ் தயவுக்காக வந்தேறியாக அலைக்கழிக்கப்படுவேன். ஜனநாயகத்துக்கு ரெண்டு பேரக் குழந்தை குரோமிகள் பிறக்கும்.

பிறந்த குழந்தை குரோமிகளின் சர்க்கஸ் கோமாளியா நா? சீறி வந்த *HELINA* ஏவுகணைகள் இன்குபேட்டர உரசி வரிசையா ரெண்டு மூணு நாலணம் திமிங்கலம் மீது பாய்ஞ்சுது. ஏவிய ராணுவ ஹெலிகாப்டர் என்மீது மோதுவது போல ஏய்ப்பு விளையாட்டு விளையாடீட்டு வான் எல்லைல மறையப்போகுது. சதையும் ரெத்தமும் ஜிகினா தூளாக ஆகாயத்துல பிசுறடிக்க, செல்போன் கோபுரங்களை மலத்தீட்டு இறங்கும் திமிங்கலத்தை விசையால் அதை ஒரு பள்ளிக்கூட கூரை மீது தள்ளிவிட்டேன். இதுதான் எனக்கான சமிக்ஞை. நா விலகிக்கணுமாம். இனி குரோமிகள் பாத்துப்பாங்களாம். மடையனுகேனு மறையவிருந்த ஹெலிகாப்டர ஒரு கிண்டு கிண்டுனேன். அவ்வளவுதான் ஹெலிகாப்டர் பைலட் குரோமி மே டே மே டேய்னு ரேடியோல கத்த ஹெலிகாப்டர் தறிகெட்டு போகுது. எஸ். எஸ் க்கு என் கீழ்ப்படியாமை புரியட்டும். இன்குபேட்டர தாழ்வாக்கி நீல தாமரை-பிலாக்ஸ் *(phlox)* பூ கவிந்த நியான் வண்ண நிலத்துல மரணதேவனை தேடுனேன். கெக்கபெக்கேனு சிரிச்சேன். இரத்தத்துல குளிச்சு அவன் டிரான்ஸ்பார்மர் கம்பத்துல உருங்குலைஞ்சு கெடக்கான். வலது கையும் காலும் பிஞ்சி விழுந்துரும்னு தொங்க, வெள்ளவெள்ளேனு சவடியெலும்பு தோள்பட்டைய குத்தி ஏத்தீட்டு நிக்குது. அவனுக்கு நா தந்த கண்கள் திறந்தே இருந்துது. மாத்திரைக்க தாக்கத்துல புன்னகையும் மாறல. இவன் லவ்வருக்கு நா மாத்திரை கொடுத்துதான் மண்டைய குழப்புனேன்னு சொல்லதுக்கு பதிலா வலிக்குதான்னு கேட்டேன். நா மரணதேவன் எனக்கு வலிக்காதுன்னான். நீ மரணதேவன்னா நா யாருன்னு கேட்டேன். கறுத்த நீர்மையான விழிகளுடன் என்னை ஏமாத்துனீங்களான்னான். எனக்குத் தெரியல நீயே சொல்லுன்னேன். உங்க அழிவை நான் பாக்குறேன்னான். என் அழிவையா? னு கெக்கபெக்கேனு சிரிக்கேன். நீ ஒரு கோழை அதான் நீயின்னேன். ரொம்ப நன்றின்னான். இவன் சாவுக்கு எவனும் வரமாட்டானுவ. அனாதைப்பிணம். இருநூறு கோடி அனாதைப்பிணங்கள்ல இவனும் ஒரு அனாதைப்பிணம். நீ கொஞ்சகொஞ்சமா சாவுறியா இல்ல உன் தலையவெட்டி உன் சாதிக்கார தெருவுல போடட்டுமா? னு கேட்டுருக்கலாம். அதுக்குள்ள அவன் செத்துபோயிட்டான். சரி அவன் விருப்பமெதுனாலும் நா அதத்தான் செய்யவிருந்தேன். ஒரே விசை வீச்சுல முண்டமாக்கி தலையை அவன் சாதிக்காரத்

தெருவுல போட்டேன். கலவரம்-இடைவெளி அப்புறம் கலவரம் அப்புறம் கொஞ்சம் இடைவெளினு விட்டுவிட்டு தான் கொண்டுபோகணும். ஆனா எனக்கு கொலை செய்ய ஆசையாயிருந்ததால அவ்வாறு செஞ்சேன். அரசாங்கத்துக்கு மேலுமொரு இன்ப நெருக்கடி கொடுத்தாயிற்று. ஆனா நா ராணுவ விமானங்கள எதிர்பார்த்திருந்தேன். விமானப்படைக்க சோலிய ஒதுக்கீட்டா வானம் எனக்க ஆதிக்கத்துக்கு வந்துரும். அதன்பிறகு நா யாரையும் மரணதேவனாக்க வேண்டிய அவசியம் வராது.

பாராபென் நிலா மீது தோரியம் குண்டு வெடிச்சுது. ராக்கெட்டு ராக்கெட்டுகளா விட்டு தோண்டித்தோண்டி எடுங்க. பாராபென் நிலா எங்களுக்குரியது. அதுக்காகத்தான் அதை திசுக்கள் பாராபென்னு பெயிரிட்டு அழைக்குறோம் இல்லையா? குரோமிங்க பாராபென் நிலாவுல விண்கலம் இறங்கிய இடங்களுக்கு அவனுவ தெய்வ பெயர்களை மட்டும் சூட்டுனானுங்க. அப்பன் குரோமி வீட்டுச் சொத்தா நிலாவுல இருக்கு? எஸ்.எஸ் குரோமிகள் எந்தளவுக்கு வெறியனுவேனு தெரிய இதுவொரு சிறந்த உதாரணம். என்னோட ஆட்சில இப்படியெல்லாம் செய்யவே மாட்டேன். மைனாரிட்டிகளுக்கெல்லாம் தனி சித்திரவதை முகாம்கள் கட்டி தங்கிக்கோங்கனு குடுத்துருவேன். என்னுடைய தலையீடு இல்லாட்டியும் எஸ்.எஸ் ஆளுங்க அப்படித்தான் மைனாரிட்டி குரோமிகளை அவதிக்குள்ளாக்கப்போறானுங்க. ஆனா, இது ஆட்சிக்கு வந்ததும் இரண்டாவதாக பண்ணப்போறது. முதலாவதாக இளம்பெண் குரோமிகளை தனியா பிரிச்சு அவங்க வயித்துல திசுக்களை பிறப்பிக்க வைப்பேன். நா உயர்குடி வம்சத்திசு என்பதால என் பரம்பரை என்னோட அழியக்கூடாதே. நானிப்படி வளமையான கனவு திட்டங்கள யோசிச்சபடி ராணுவ விமானங்களை சந்திப்பதுக்கு வானில் எழுந்தேன். சோனார் அலைகளாக சரிவிகிதத்துல மின்சாரமும் விசையும் என்னை அள்ளி உலக்கியது. நிலை தடுமாறி பரந்த ஆகாயத்துல முடிவுறாம பறந்தேன். என்ன நடந்துது? நடந்துட்டுருக்குது? என்ன நடக்கப்போகுது?னு ஒண்ணும் பிடிபடல. ஆகாயத்துல நீள்வாக்குல் விசையால தூக்கியெறியப்படுறேன் அதே வேகத்துல முன்னோக்கி என்கிட்ட ஒரு இன்குபேட்டர் வருது. தள்ளே நீயா? பொடித்திசு இல்ல நீ உருமாறியிருக்க. அது சாத்தியந்தானா? சிம்பையோசிஸ்!

கிட்ட வந்த இன்குபேட்டர் அடுத்த அலை மின்சார விசையை என்மேல பிரயோகிச்சுது. குபுகுபுனு சூடேற குழைந்த நியான் வண்ணங்கள் என்மேல உடாடி பிரதிபலிக்குது. லேசா பைபர் மூடி கீறியது. சிம்பையோசிஸ் சாத்தியந்தானா? தூரத்துக்கு இலையாக பறந்தேன்.

நா பின்நோக்கி போறேன் அது முன்நோக்கி வந்து ஹாய் நலமானு கேக்குது. விசையை அதுக்க இன்குபேட்டருக்கு உந்துனேன். விசை படாட்டியும் நா நிலைதடுமாறாம மெதந்தேன். திசுவை காணல. எனக்க பின்னாடி நிக்குமோனு படக்குனு இன்குபேட்டர திருப்பி விசையை ஏவுனேன். விசை கருநீல சாம்பல்-ரோஸ் தூள் நியான் அடிச்ச கட்டடத்துக்க தளங்கள தகர்த்துது. அப்படினா சிம்பையோசிஸ் திசு எனக்கு மேலேயோனு உயரத்துக்கு பறக்க எத்தனிக்கவும் மின்சார விசையின் அடுத்த குத்து. பரட்ட திசுக்கள். கிணுகிணுனு குளிரெடிக்கவுந்தான் தகவல்களை வைத்து விஷயத்தை ஊர்ஜிதப்படுத்துனேன். என்னோட விசை வெளிப்புற வெடிப்புகளை *(Explosion)* ஏற்படுத்தும் அதோட விசையோ உள்புறமா வெடிப்புகளை *(Implosion)* ஏற்படுத்துது. சிம்பையோசிஸ் இத்தகைய சக்தியை திசுக்களுக்கு குடுக்குமா? நா அதோட அசாத்திய சக்தியால் அடிவாங்கிட்டே தான் இருக்கேனேயொழிய என்னால பதிலடி தர முடியல. தாழப்போயிட்டேயிருக்கேன்... நா எப்படி? நா தானே 'நான்'. என் திசுவின் தலைப்பகுதி வலியெடுத்துது. சூசூர்ர்னு குரோமிகளின் சொந்தத் தயாரிப்பான *HAL Tejas* விமானம் பறந்துது. ஒருவேளை எங்க சண்டைய கவனிச்சுட்டு எஸ்.எஸ் ஒதுங்கிட்டானுவளோ. பொத்னு மைதா மாவுல விழுந்தேன். இன்குபேட்டர் அதோடி செயலிழந்துது. ஹாய்! இன்னுமொரு அடிவாங்குனேனா பாப்கார்ன் போல இன்குபேட்டருலயே சமாதியாகீருவேனு திசு கூறிச்சு. நில்லு நில்லு நீ நீங்க சிம்பையோசிஸ் தானே பண்ணீங்க ரெண்டுபேரும் என்னையும் இணைச்சுக்கோங்க நாம சக்திவாய்ந்த திசுவா உருமாறுவோம்னு சொன்னேன். உன்னை அழிக்காம இருக்கதுக்கு ஒரேயொரு காரணத்தை மட்டும் சொல்லுனது. என்னை அழிப்பீங்களா தமாஷ் பண்ணாதீங்க. நா தான் உங்கள உண்டாக்குனதே.....நா தான் 'நான்'. 'நான்' 'நான்' 'நான்'. நீ மாறவாய்ப்பு இல்லேன்னது. இந்த ப்ளோரஸன்ட் உலகத்தை குரோமிகளிடமிருந்து விடுவிக்கும் போராட்டத்துல வெற்றிக்கு ரொம்ப கிட்டத்துல வந்துட்டேன். நாம இப்டி சண்டை போடதுல அர்த்தமேயில்லை. வா திசு கோர்த்து

புத்துலகம் படைப்போம்னேன். எதுக்காக இதெல்லாம்னு கேட்டுது. உறுதியோடு 'நான்' 'நான்' நான்னேன். புரியுதுனு பதில் வந்தது....அப்பாடா! நல்லது என் வழிக்கு சிம்பையோசிஸ் திசு வருதுன்னு ஆசுவாசமடைஞ்சேன். கைதந்து தூக்கிவிடும்னா அடுத்த கணமே விசையை என்மேல ஏவ பதற்றமடைஞ்சு 'நான்' 'நான்' நான்னு சொல்லீட்டே இருக்கேன்.

16

நீங்க கடவுளை பாத்துருக்கீங்களா?

கமான் என்னுடைய கடவுள் தான் எனக்கு பெருசு. அதல ஏதும் உனக்கு பிரச்சனையா?

சேச்சே எனக்கு இதெல்லாம் ஒரு பிரச்சனையே இல்லை. நீங்களும் ஒரு தெய்வ பிறப்பே.

அப்படியா? நா அம்மணமா விழுந்தனால சொல்லுரியோ பாஸ்டார்ட்?

சேச்சே நா பெண்களை தெய்வமா மதிக்கும் கால்.

நடிக்காத மயிறே.

ஏனோ? நீங்க விழுந்த இந்த இடத்துல ஒரு கோயில் கட்டுவோம் பக்திக்காக மக்கள் கூட்டம் பெருகும் என்ன சொல்லுறீங்க?

இந்த காட்டை அழிச்சு நீ கோயில் கட்டுவ அப்டித்தானே?

சே சே காட்டை ஏன் அழிக்கணும் தரைய மரங்களுக்கு மேலாக உயர்த்துவோம்.

மதர் ஃபக்கின் பிளான்!

கோக்குடீக்கின் அடுத்த பிறவி நீங்க தான்னு நா விசுவாசிக்குறேன். நீங்க சொர்கத்திலிருந்து விழுந்ததை நா என் கண்களால பாத்தேனே.

ஓ கடவுளே நீ கொஞ்சநேரம் சும்மாயிருப்பா. எனக்கு ஒரு சிகரெட் தருவியா?

எனட்ட கஞ்சா லேகியம் தான் இருக்கு. அதுவும் வீட்டுல. பொளரணமிக்காக வைச்சுருக்கேன். உங்க உலோக முலைக்காம்பை நா தொட்டுப்பாக்கலாமா?

கெட் லாஸ்ட் யூ தொட்டிக்கூயிமெவக் காலே!

17

அடுத்தென்ன? நா முடிவுபண்ணீட்டேன் மின்மினிக் கள்ளியோடு போறேன்னு சொல்லியது. எஸ்.எஸ் ஆளுங்க கண்காணிப்பு பலமடங்காகியிருக்கும் நாம வேணா ப்ரொவசர சேர்ந்தே பாக்கலாமேனு அக்கறைல துணைக்கு வருவதா சொல்லிச்சு. பரவாயில்லை நா தனியா பாத்துக்குறேன். எஸ்.எஸ் ஆளுங்க அவ்வளவு சீக்கிரம் என்னை சிறைபிடிக்க மாட்டாங்க. நம்ம ஆல்பாவோடு போட்ட சண்டை ரிப்போர்ட்டா எப்பவோ போயிருக்கும். இன்னும் நா அவங்க ஆராய்ச்சிக்கு பயன்படுவேன் ஆனா கொலைகள்ல ஈடுபடமாட்டேன். கலவரங்களால கண்டிப்பா அவங்க ஆட்சி நிலைக்கும்ன்னேன். ஆட்சி நிலைப்பதற்கே கலவரங்கள். கலவரக்காரங்களுக்கே ஆட்சி. இவ்வாறு பேசிக்கொண்டிருக்கும் போது ரோடமைன் 6G சாயத்துல பிரகாசிக்கும் கடலில்லிருந்து ஆவுளிகளின் கூட்டம் வெளிப்பட்டுது. அலைகளின் ஆங்காரிப்பில் தங்க நீர் திவலைகள் பைபர் மூடியை நனச்சுது. தூய்மையான வெளிச்சத்துல பேரழகின் தூதுவரா வந்தாள். குரோமிகள் சிலர் ஆவுளிகளா மாற கடலுல குதிச்சாங்க. அவளுடைய பேரழகுல எனக்கு பேச்சே வரல. ரொம்ப அழகாயிருக்காளேன்னேன். ஆமா அவ ஒளியின் அழகே நம்மை கவர்ந்துரும். நீ கிளம்பது தான் நல்லது இல்லேனா நானும் உன்கூட வந்துருவேன்னேன். வாரேன்னா வா உனக்கொரு இடம் அவளுட்ட எப்பவுமே உண்டுனுச்சு. நா கொட்டாவி விட மறந்து அதிசயக்க அவளை பாத்துட்டே நிக்கேன். ஆவுளிகள் கூட்டம் திரும்பி போவதற்காக நின்றது. திசுவின் உடலில்யிருந்து என்னை நானே விடுவிச்சேன். அதன் வெட்டுக்காயம் மறைந்திருந்துது. ரெண்டுபேருமா வானத்தை பார்த்தோம். கிட்டத்தட்ட ஐம்பதுக்கும் மேற்பட்ட இன்குபேட்டர்கள் சிக்னலை ஏத்து வட்டமடிக்குவ். சிம்பையோசிஸ்லயிருந்து வெளிவந்த பிறகே எங்க இருவருக்கும் ஒரு மெல்லிய குரல் சன்னமா ஒலிப்பதை கேட்டோம். கொன்னுட்டோம்தானே? ஆமா சோடா கேனை நசுக்கது

போல இன்குபேட்டருள் நசுக்கீட்டோமேன்னேன். அதன் குரல் மட்டும் கேக்குதே. ஆமா எனக்கும் சின்னதாக ‘நான்’ ‘நான்’ நான்னு கேக்குது பாரேன்னேன். ‘நான்’ மாறவே மாறாதோ?னு வினவியது. நா கொட்டாவிய விட்டேன். பைபர் மூடியை லேசா திறந்தேன். சிறிய ஆனா நிறைவான புன்னகையோடு கரையிலிருந்து குதிச்சுது. முழ்கி ஒரு ஆவுளியா அலைகளில் பிரசன்னமாகி அவளோடு பயணப்பட்டுது. இன்குபேட்டர்கள் வட்டமடிச்சபடியே இருந்துது. நா புறப்படவும் ஒரு கொட்டாவி விட்டேன். என்னுடைய புரிதலின்படி ஒலித்துக்கொண்டிருக்கும் இந்த ‘நான்’ மாற்றத்துக்குரியதில்லைனு மட்டும் எனக்கு நல்லாவே விளங்குது. ஏன்னா ‘நான்’ என்பது என்னுடையது இல்லையே.

⊙

பின்குறிப்பு:

Paraben

மனிதனால் உருவாக்கப்பட்ட இரசாயனங்கள் ஆகும், அவை பெரும்பாலும் அழகுசாதனப் பொருட்கள், மருந்துகள், உணவுகள் மற்றும் பானங்கள் ஆகியவற்றை பதனிடுவதற்காக சிறிய அளவில் பயன்படுத்தப்படுகின்றன.

Captagon Pills

கேப்டகன் மாத்திரைகள் ஒரு செயற்கை ஆம்பெடமைன் வகை மாத்திரையாகும், இது தெற்கு ஐரோப்பாவில் ரகசியமாக தயாரிக்கப்பட்டு துருக்கி வழியாக அரேபிய தீபகற்பத்தில் உள்ள நுகர்வோர் சந்தைகளுக்கு கடத்தப்படுகிறது. ஆயுத போராளிகள் தங்கள் கடுமையான போர்களின் போது விழிப்புணர்வை அதிகரிக்கவும் பசியை அடக்கவும் கேப்டகனை பரவலாக உட்கொள்வர்.

UBE3A

UBE3A எனப்படுவது ஒரு மரபணுவாகும். இம்மரபணுவின் குறைபாட்டால் நரம்புமண்டலத்தை பாதிக்கின்ற ஏஞ்சல்மன் நோய்த்தொகை *(Angelman Syndrome)* மனிதர்களுக்கு ஏற்படும்.

Bagh Nakh

பதினேழாம் மற்றும் பதினெட்டாம் நூற்றாண்டுகளின் மராட்டியப் பேரரசுடன் தொடர்புடையு ஒருவகை கையணி ஆயுதமாகும். பீஜப்பூர் தளபதி அப்சல் கானைக் கொல்ல பாக் நாக்கை மராட்டிய தலைவர் சிவாஜி பயன்படுத்தியதாக கூறுவர்.

Rhodamine 6G

அதிக ஒளிரும் ரோடமைன் குடும்ப சாயமாகும். நீரின் ஓட்டம் மற்றும் திசையை தீர்மானிக்க இது பெரும்பாலும் தண்ணீருக்குள் ஒரு டிரேசர் சாயமாக பயன்படுத்தப்படுகிறது.

Piranha Solution

சல்பூரிக் அமிலம் மற்றும் ஹைட்ரஜன் பெராக்சைடு ஆகியவற்றின் கலவையாகும். மைக்ரோ ஃபேப்ரிகேஷன் ஆய்வகங்களில் அடி மூலக்கூறுகளில் இருந்து கரிம எச்சங்களை அகற்ற பயன்படுகிறது.

The Call of the Void

L'appel du vide அல்லது வெற்றிடத்தின் அழைப்பு என்பது ஒரு அழிவுகரமான நடத்தையில் ஈடுபடுவதற்கான தன்னிச்சையான தூண்டுதலைக் குறிக்கும் பதமாகும்.

Symbiosis:

இரண்டு உயிரியல் உயிரினங்களுக்கிடையேயான நெருங்கிய மற்றும் நீண்ட கால உயிரியல் தொடர்பு ஆகும்.

Glitches:

கிளிட்ச்சஸ் (*Glitches*) என்பது ஒரு அமைப்பில் ஏற்படும் குறுகிய காலப் பிழையாகும், அது தன்னைத் தானே சரிசெய்து கொள்ளும் ஒரு நிலையற்ற தவறு. கணினி, மின்னணுவியல் தொழில்கள் மற்றும் வீடியோ கேம்களை விளையாடுபவர்களிடையே இச்சொல் மிகவும் பொதுவானது.

Glycerol:

நொதித்தல் செயல்முறையின் துணை தயாரிப்பு ஆகும். கிளைசிரால் உற்பத்தி நேரடியாக மது தயாரிப்பில் தொடர்புடையது.

Angioplasty:

இதயத்தின் தமனிகளில் ஏற்படும் அடைப்பை சரிசெய்ய உதவும் சிகிச்சை முறை.

BDSM:

காமம் சார்ந்த உடல் ரீதியான கட்டுப்பாடுகளைப் பயன்படுத்துதல், கட்டுப்பாட்டை வழங்குதல் மற்றும் கைவிடுதல் மற்றும் வலியை ஏற்படுத்துதல் போன்ற நடைமுறைகளை உள்ளடக்கிய பாலியல் செயல்பாடு.

Dopamine:

மூளையில் சுரக்கும் ஒருவித ஹார்மோன். டோப்பமைன் மூளையின் குறிப்பிட்ட பகுதிகளில் செயல்பட்டு மகிழ்ச்சி, திருப்தி போன்ற உணர்ச்சிகளை வழங்குகிறது.

Force repulsion:

இரண்டு பொருள்கள் ஒன்றை ஒன்று விலகச் செய்வதற்கான விசையாகும்.

நியான் கலர் கோடுகளை காண்பதற்கு:

https://www.colorxs.com/color-family/neon